# ഗണിതപ്രശ്നോത്തരി

**ganithaprasnothari**

•

*palliyara sreedharan*

•

*first edition*
may 2011

•

*typesetting & published*
chintha publishers, thiruvananthapuram

•

*printed*
akshara offset, thiruvananthapuram

•

*cover*
ambeesh



---

*വിതരണം*

**ദേശാഭിമാനി ബുക്ക് ഹൗസ്**

H O തിരുവനന്തപുരം–695 001

*ബ്രാഞ്ചുകൾ*

ഓവർബ്രിഡ്ജ് തിരുവനന്തപുരം • കെ എസ് ആർ ടി സി ബസ് സ്റ്റേഷൻ ആലപ്പുഴ • കെ എസ് ആർ ടി സി ബസ് സ്റ്റേഷൻ എറണാകുളം • ഐ ജി റോഡ് കോഴിക്കോട് • മാവൂർ റോഡ് കോഴിക്കോട് • എൻ ജി ഒ യൂണിയൻ ബിൽഡിങ് കണ്ണൂർ • സെൻട്രൽ ബസ് ടെർമിനൽ കോംപ്ലക്സ് താവക്കര കണ്ണൂർ • മച്ചിങ്ങൽ ലെയ്ൻ തൃശൂർ

---

CO - 1585 / 2705

# ഗണിതപ്രശ്നോത്തരി

പള്ളിയറ ശ്രീധരൻ

ചിന്ത പബ്ലിഷേഴ്സ്
തിരുവനന്തപുരം-695 001

## പള്ളിയറ ശ്രീധരൻ

1950 ജനുവരി 17 ന് കണ്ണൂർ ജില്ലയിലെ എടയന്നൂരിനടുത്ത് ജനിച്ചു. കൂടാളി ഹൈസ്കൂളിൽ അധ്യാപകനായിരുന്നു. ഇപ്പോൾ ജോലിയിൽനിന്ന് വളണ്ടറി റിട്ടയർമെന്റ് വാങ്ങി ഗ്രന്ഥരചനയിൽ കൂടുതൽ ശ്രദ്ധിക്കുന്നു. ഡൽഹിയിൽനിന്ന് ഓറിയന്റേഷൻ കോഴ്സ് (CCRT), റിസോഴ്സ് പേഴ്സൺ ട്രെയിനിങ് കോഴ്സ് (NCERT) എന്നിവയടക്കം നിരവധി കോഴ്സുകളിലും സെമിനാറുകളിലും പങ്കെടുത്തിട്ടുണ്ട്. കേരള വിദ്യാഭ്യാസവകുപ്പ് സംസ്ഥാനാടിസ്ഥാനത്തിൽ നടത്തിയ ഗണിതശാസ്ത്ര പഠനോപകരണ നിർമാണ മത്സരത്തിൽ സമ്മാനം നേടിയിട്ടുണ്ട്. പാഠപുസ്തകങ്ങൾ ഉൾപ്പെടെ സംസ്ഥാന വിദ്യാഭ്യാസ ഇൻസ്റ്റിറ്റ്യൂട്ടിനു വേണ്ടിയും NCERTക്ക് വേണ്ടിയും ഗ്രന്ഥരചനയിൽ സഹകരിച്ചിട്ടുണ്ട്. കേരള സംസ്ഥാന ബാലസാഹിത്യ ഇൻസ്റ്റിറ്റ്യൂട്ട് ഭരണസമിതി അംഗവും, *തളിര്* പത്രാധിപസമിതി അംഗവുമാണ്. ബാലസാഹിത്യത്തിന് സമഗ്ര സംഭാവനയ്ക്കുള്ള സംസ്ഥാന സർക്കാരിന്റെ അവാർഡ് ഭീമ പ്രത്യേകപുരസ്കാരം, ഭാരത് എക്സലൻസ് അവാർഡ്, സുഭദ്രാകുമാരി ചൗഹാൻ ജന്മശതാബ്ദിപുരസ്കാരം, ഹൈസ്കൂൾ അധ്യാപകർക്കുള്ള സംസ്ഥാന അവാർഡ്, സംസ്ഥാന ബാലസാഹിത്യ ഇൻസ്റ്റിറ്റ്യൂട്ടിന്റെ വൈജ്ഞാനിക സാഹിത്യ അവാർഡ് (*സംഖ്യകളുടെ കഥ*), കേരള സാഹിത്യ അക്കാദമി അവാർഡ് (*പൂജ്യത്തിന്റെ കഥ*), ആശ്രയ ബാലസാഹിത്യ അവാർഡ് (*അത്ഭുത സംഖ്യകൾ*), അധ്യാപക കലാസാഹിത്യ സമിതി അവാർഡ് (*സംഖ്യകളുടെ ജാലവിദ്യകൾ*), സമന്വയ ബാലസാഹിത്യ അവാർഡ്, മികച്ച ശാസ്ത്രഗ്രന്ഥത്തിനുള്ള സംസ്ഥാന സർക്കാരിന്റെ അവാർഡ് എന്നിവ നേടിയിട്ടുണ്ട്. നൂറിലധികം കൃതികൾ.


വിലാസം : പള്ളിയറ ശ്രീധരൻ,
വാരം, കണ്ണൂർ– 670 594
ഫോൺ : 9847178201, 04972721526.
Email : palliyarasreedharan@gmail.com.
www.palliyarasreedharan.com.

# ചോദ്യങ്ങൾ

1 ഒരു ത്രികോണത്തിന്റെ മധ്യമങ്ങൾ ഖണ്ഡിക്കുന്ന ബിന്ദുവും ഉന്നതികൾ ഖണ്ഡിക്കുന്ന ബിന്ദുവും ഒരേ ബിന്ദു ആയാൽ ആ ത്രികോണത്തിന്റെ ഏറ്റവും യോജിച്ച പേര്?

2. $2^{100}$ ന്റെ പകുതി എത്ര?

3. രണ്ട് സംഖ്യകളെ 3 കൊണ്ട് ഹരിച്ചപ്പോൾ ശിഷ്ടം 2 വീതമാണ്. അവയുടെ തുകയെ 3 കൊണ്ട് ഹരിച്ചാലുള്ള ശിഷ്ടം എത്ര?

4. 120 മീറ്റർ 1 കി മീറ്ററിന്റെ എത്ര ശതമാനം ആയിരിക്കും?

5. A; B എന്നിവ ഗണങ്ങളാണ്. A യുടെ ഉപഗണങ്ങളുടെ എണ്ണം B യുടെ ഉപഗണങ്ങളുടെ എണ്ണത്തിന്റെ പകുതിയാണ്. B യിൽ A യിൽ ഉള്ളതിനേക്കാൾ എത്ര അംഗങ്ങൾ കൂടുതലുണ്ട്?

6. A യിൽ നിന്ന് B യിലേക്ക് ഒരു കാർ 45 3/4കി മീ വേഗതയിലും B യിൽ നിന്ന് A യിലേക്ക് 54 1/4കി മീ വേഗതയിലും സഞ്ചരിക്കുന്നു. കൃത്യം 45 മിനിറ്റ് കഴിഞ്ഞപ്പോൾ രണ്ട് കാറുകളും കണ്ടുമുട്ടി എങ്കിൽ A ൽ നിന്ന് Bലേക്കുള്ള ദൂരം എന്ത്?

7. രണ്ട് ലൈറ്റ് ഹൗസുകളിൽ ഘടിപ്പിച്ചിട്ടുള്ള ഫ്ളാഷ് ലൈറ്റുകൾ യഥാക്രമം ഓരോ 30 മിനിറ്റിലും, ഓരോ 40 മിനിറ്റിലും പ്രകാശിക്കുന്നു. രാത്രി കൃത്യം 8 മണിക്ക് അവ രണ്ടും

ഒരുമിച്ചു പ്രകാശിച്ചു എങ്കിൽ അവ രണ്ടും ഒരുമിച്ച് പ്രകാശിക്കുന്ന അടുത്ത സമയം ഏത്?

8. 150 മീറ്റർ നീളമുള്ള ഒരു തീവണ്ടിക്ക് ഒരു ടെലഫോൺ പോസ്റ്റ് കടന്നു പോകുന്നതിന് 9 സെക്കന്റു വേണം. അതേ വേഗതയിൽ 75 മീറ്റർ നീളമുള്ള പാലം കടന്നു പോകുന്നതിന് തീവണ്ടിക്ക് വേണ്ട സമയം എന്ത്?

9. ക്യൂബ് ആകൃതിയായ രണ്ടു പാത്രങ്ങളുടെ അകത്തെ ഉന്നതികൾ 6 സെ മീ ഉം 8 സെ മീ ഉം ആയാൽ അവയിൽ കൊള്ളുന്ന വെള്ളത്തിന്റെ അളവ് ഏതംശബന്ധത്തിലായിരിക്കും?

10. ഒരു സംഖ്യയുടെയും അതിന്റെ വ്യുൽക്രമത്തിന്റെയും തുക 5/2 എങ്കിൽ അവയുടെ വർഗങ്ങളുടെ തുക എന്ത്?

11. $4x - 5y = 0$ എങ്കിൽ $x : y$ എത്ര?

12. ഒരു വൃത്തത്തിന്റെയും സമചതുരത്തിന്റെയും ചുറ്റളവുകൾ തുല്യമാണ്. ഏതിനാണ് വിസ്തീർണം കൂടുതൽ?

13. 5 ച.മീറ്റർ വിസ്തീർണമുള്ള ഒരു തകിട് മുറിച്ച് പരമാവധി വലുപ്പമുള്ള അടപ്പില്ലാത്ത പാത്രം ഉണ്ടാക്കുന്നു. പാത്രത്തിൽ എത്ര ലിറ്റർ വെള്ളം കൊള്ളും?

14. ഒരു സമഭുജ സാമാന്തരികത്തിന്റെ ഒരു കോണിന്റെ അളവ് $60^0$. അതിന്റെ ചുറ്റളവ് 40 സെ മീ ആയാൽ അതിന്റെ ഏറ്റവും ചെറിയ വികർണത്തിന്റെ നീളം എത്രയെന്ന് പറയാമോ?

15. P,Q,R എന്നിവ $\Delta ABC$ യുടെ വശങ്ങളുടെ മധ്യബിന്ദുക്കളാണ്. $\Delta ABC$ യുടെയും $\Delta PQR$ ന്റെയും വിസ്തീർണങ്ങൾ ഏതംശബന്ധത്തിലായിരിക്കും?

16. താഴെ തന്നിട്ടുള്ളവയിൽ ഏത് രേഖീയ സംഖ്യ അല്ല?

$0 \div 5$ ; $0^5$ ; $5^0$ ; $0^0$

17. ഒരു ഷഡ്ഭുജത്തിന്റെ രണ്ട് കോണുകൾ $90^0$ വീതമാണ്. മറ്റു 4 കോണുകളുടെയും അളവുകൾ തുല്യമാണ്. എങ്കിൽ തുല്യമായ കോണുകൾ ഓരോന്നിന്റെയും അളവെത്ര?

18. $x^3 - y^3$ ; $x^5 - y^5$ ; $x^6 - y^6$ ; $x^7 - y^7$ ; $x^9 - y^9$ ഇവയിൽ ഏതിനെ $x + y$ കൊണ്ട് പൂർണമായി ഹരിക്കാം?

19. താഴെ തന്നിട്ടുള്ളവയിൽ ഒരളവ് ഒരു സമബഹുഭുജത്തിന്റെ ബാഹ്യകോണിന്റെ അളവ് അല്ല. ഏതാണ് ആ അളവ്

$1^0$ ; $1\frac{1}{2}^0$ ; $45^0$ ; $90^0$ ; $120^0$ ; $140^0$

20. ഒരു സമഭുജത്രികോണത്തിന്റെ ചുറ്റളവ് 30 സെ മീ അതിന്റെ 3 മൂലകളിൽ നിന്നും 2 സെ മീ വീതം വശങ്ങളുള്ള സമഭുജ ത്രികോണങ്ങൾ വെട്ടിമാറ്റുന്നു. ശേഷിക്കുന്ന ഭാഗത്തിന്റെ ചുറ്റളവ് എത്ര?

21. 1/x + 1/2 = (2x) / x+2 എങ്കിൽ xന്റെ വില എന്ത്?

22. ഒരു ത്രികോണത്തിന്റെ ഒരു ഉന്നതി അതിന്റെ പ്രതിസാമ്യതാ അക്ഷം ആയാൽ ആ ത്രികോണത്തിന്റെ ഏറ്റവും യോജിച്ച പേര്?

23. ഒരു ചതുരപ്പെട്ടിയുടെ 3 വ്യത്യസ്ത മുഖങ്ങളുടെ വിസ്തീർണങ്ങൾ x, y, z ആയാൽ അതിന്റെ വ്യാപ്തം കാണുക.

24. സമചതുരാകൃതിയായ ഒരു തകിടിന്റെയും അതിൽനിന്ന് വെട്ടിയെടുക്കാവുന്ന ഏറ്റവും വലിയ വൃത്തത്തിന്റെയും വിസ്തീർണം ഏതംശബന്ധത്തിലായിരിക്കും?

25. യൂക്ലിഡിന്റെ *Elements* എന്ന പുസ്തകം സംസ്കൃതത്തിലേക്ക് തർജമ ചെയ്യുന്നതിന് ഉത്തരവിറക്കിയ രാജാവിന്റെ പേര്?

യൂക്ലിഡ്

26. ഏത് രണ്ട് അഭാജ്യ സംഖ്യകളുടെ തുകയാണ് 19?

27. Father of Computers (കമ്പ്യൂട്ടറുകളുടെ പിതാവ്) എന്നറിയപ്പെടുന്നത് ആര്?

28. $(3/8)^{-2}$ എന്ന സംഖ്യയുടെ പൂർണസംഖ്യാഭാഗം എന്ത്?

29. 1+2+4+8+16+32+......................512+1024 എത്ര?

30. 23 വശങ്ങളുള്ള ഒരു ബഹുഭുജത്തിന് ആകെ എത്ര വികർണങ്ങളുണ്ട്?

31. 8.1 x 8.1 + 2 x 8.1 x .4 + .4 x .4 നെ ലഘൂകരിച്ചാൽ എത്ര?

32. കൃത്യം 12 മണി 1 മിനുട്ട് സമയത്ത് രണ്ടു സൂചികളും തമ്മിൽ നിർണയിക്കുന്ന കോണിന്റെ അളവെത്ര ഡിഗ്രി?

33. A എന്ന ഗണത്തിന് 512 ഉപഗണങ്ങളുണ്ട്. എന്നാൽ A യിലുള്ളതിനെക്കാൾ ഒരംഗം കൂടുതലുള്ള ഗണത്തിന്റെ ഉപ

ഗണങ്ങളുടെ എണ്ണം എത്ര?

34. ഒരു ചതുരസ്തംഭത്തിന്റെ എല്ലാ വക്കുകളുടെയും നീളം പൂർണസംഖ്യകളാണ്. താഴെ കൊടുത്തവയിൽ ഏതാണ് അതിന്റെ ആകെ വക്കുകളുടെ നീളം ആകാവുന്നത്?

234, 243, 352, 325, 326, 362

35. ഒരു വൃത്തത്തിന്റെ ഏറ്റവും വലിയ ഞാണിന്റെ നീളം 50cm ആണ്. അതിന്റെ വിസ്തീർണം എത്ര പൈ?

36. താഴെ കൊടുത്തവയിൽ സദാസത്യവാക്യമേത്?

$2x > x$ ; $x^2 > x$ ; $x-5 = x-4$ ; $10-x > 8-x$ ; $1x > x$

37. 5, 10, 15, 20, 25, 30, 35, 40 എന്നീ സംഖ്യകളുടെ ഗുണനഫലത്തിന്റെ അവസാനത്തിൽ തുടർച്ചയായി എത്ര പൂജ്യങ്ങളുണ്ടായിരിക്കും?

38. ചുറ്റളവ് 20 ഉള്ള ഒരു ത്രികോണത്തിന്റെ ഒരു വശത്തിന്റെ നീളം ആകാത്തത് ഏത്?

എ) 2 ബി) 5 സി) 8 ഡി) $9 - \sqrt{2}$

ഇ) $9 + \sqrt{2}$ എഫ്) $10 - \sqrt{2}$ ജി) $10 - \sqrt{3}$

39. $10^3 + 7^3$ എന്ന സംഖ്യയെ 17 കൊണ്ടു ഹരിച്ചാൽ ഹരണഫലം എത്ര? (clue $10^2 - 10 \times 7 + 7^2$)

40. $(16)^{1/2}$ എന്ന സംഖ്യയെ കൃത്യങ്ക രൂപത്തിലല്ലാതെ സാധാരണ രീതിയിലെഴുതിയാൽ അതിന്റെ അവസാനത്തെ അക്കം എന്തായിരിക്കും?

41. $5^1 - (5^2)^0$ എന്നത് ലഘൂകരിച്ചാൽ ഉത്തരം എത്ര?

42. ഒരു വൃത്തത്തിന്റെ ആരം 20% വർധിച്ചാൽ വിസ്തീർണം എത്ര ശതമാനം വർധിക്കും?

43. ഒരു ഭണ്ഡാരത്തിൽ നാണയങ്ങൾ നിക്ഷേപിക്കുന്നതിന്  ആകൃതിയിൽ ചെറിയ വിടവുണ്ട് അതിൽ നിക്ഷേപിക്കാവുന്ന വൃത്തം ആകൃതിയിലുള്ള ഏറ്റവും വലിയ നാണയത്തിന്റെ ചുറ്റളവ് 12.56 ആണ്. എന്നാൽ ഭണ്ഡാരത്തിന്റെ വിടവിന്റെ നീളം എത്ര?

44. ഒരു വിഷമഭുജത്രികോണത്തിന്റെ ഒരു കോണിന്റെ അളവ് $40^0$ ആണ്. അതിന്റെ തന്നെ മറ്റൊരു കോണിന്റെ അളവാകാവുന്നത് ഏത്?

$40^0$, $55^0$, $70^0$, $100^0$

45. രണ്ടു സംഖ്യകളുടെ തുക 18.25 ഉം അവയുടെ വ്യത്യാസം 10 ഉം ആയാൽ അവയുടെ വർഗങ്ങളുടെ വ്യത്യാസം എത്ര

46. 0.0225 ന്റെ വർഗമൂലം എന്ത് ?

0.015, 0.15, 0.0015, 1.5

47. $\log 2 = x$, $\log 3 = y$ ആയാൽ ഏതു സംഖ്യയുടെ ലോഗരിതമാണ് $3x+y$ ?

48. താഴെ കൊടുത്തവയിൽ പൂർണവർഗമേത്?

2300001, 28000014, 23000015, 8800002, 2300003, 100080016

49. ഒരു പന്ത് ഒരു വളയത്തിലൂടെ എറിയുന്നു. പന്തിന്റെയും വളയത്തിന്റെയും കേന്ദ്രം ഒരേ ബിന്ദു ആകുന്ന അവസരത്തിൽ പന്തിന്റെ ചുറ്റും 1 സെ മീ അകലെയായാണ് വളയം ഉള്ളത്. പന്തിന്റെ ചുറ്റളവ് 50 സെ മീ എങ്കിൽ വളയത്തിന്റെ ഉൾഭാഗത്തിന്റെ ചുറ്റളവ് എത്ര?

50. ഒരു പുസ്തകശാലയിൽനിന്ന് 100 രൂപയിൽ കുറവ് മുഖവിലയുള്ള പുസ്തകം വാങ്ങുന്നവർക്ക് 10% കമ്മീഷനും 100 രൂപയോ അതിൽ കൂടുതലോ തുക മുഖവിലയുള്ള പുസ്തകങ്ങൾ വാങ്ങുന്നവർക്ക് 20% കമ്മീഷനും നൽകുന്നു. A എന്നയാൾ 90 രൂപയുടെ വിലയുള്ള പുസ്തകങ്ങളും B

എന്നയാൾ 100 രൂപയുടെ വിലയുള്ള പുസ്തകങ്ങളും വാങ്ങുന്നു. ഇവരിൽ ആരാണ് കൂടുതൽ തുക കൊടുക്കേണ്ടത്. എത്ര രൂപ കൂടുതൽ കൊടുക്കണം?

51. ഒരു ബോട്ട് ഒഴുക്കിനനുകൂലമായി 13 കി മീ വേഗതയിലും ഒഴുക്കിന് പ്രതികൂലമായി 9 കി മീ വേഗതയിലും സഞ്ചരിക്കുന്നു. എന്നാൽ ഒഴുക്കിന്റെ വേഗത എത്ര?

52. ചിത്രത്തെ അടിസ്ഥാനപ്പെടുത്തി x ന്റെ വിലയെത്ര?

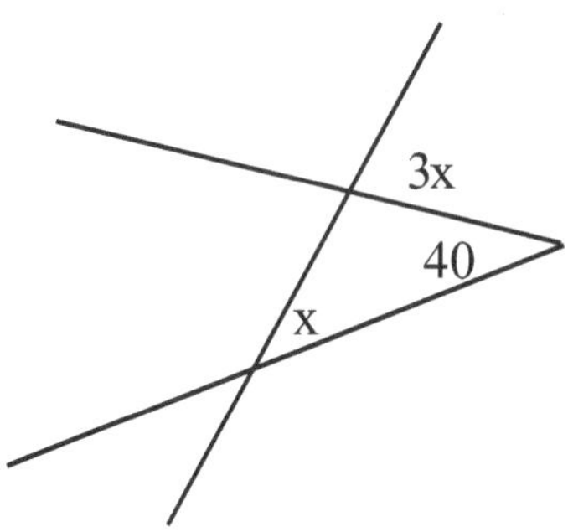


53. 30 – 20X എന്നത് ഒരു കോണിന്റെ ഡിഗ്രിയിലുള്ള അളവാകണമെങ്കിൽ X ന് സ്വീകരിക്കാവുന്ന ഏറ്റവും ചെറിയ പൂർണസംഖ്യാവില എത്ര?

54. വളരെ ചെറിയ ഒരു +ve സംഖ്യയുടെ വർഗമൂലം കാണുന്നു. കിട്ടുന്ന സംഖ്യയുടെയും വർഗമൂലം കാണുന്നു. ഇതേ

പ്രക്രിയ നിരവധിതവണ ആവർത്തിച്ചാൽ കിട്ടുന്ന ഉത്തരം ഏതു പൂർണസംഖ്യയുടെ അടുത്തായിരിക്കും?

55. $P(x) = x^3 + ax + b$

$P(0) = 1$

$P(1) = 0$ എങ്കിൽ $P(2)$ എത്ര?

56. 1+2+1 = 4

1+2+3+2+1 = 9

1+2+3+4+3+2+1 = 16

.........................................

.........................................

1+2+3+4+ ...... 34+35+34+ .............. +3+2+1 ന്റെ വില എത്ര?

57. $7 \times 10^4, 6 \times 10^3, 4 \times 10^2, 2 \times 10^1, 9 \times 10^0$ എന്നീ സംഖ്യകളുടെ തുക എത്ര?

58. 135 ലിറ്റർ വെള്ളം ഒഴിച്ചാൽ ഒരു ടാങ്കിന്റെ 1/4 ഭാഗം നിറയുമെങ്കിൽ 180 ലിറ്റർ വെള്ളം കൊണ്ട് ആ ടാങ്കിന്റെ എത്ര ഭാഗം നിറയ്ക്കാം?

59. 1, 3, 6, 10, 15, .......................... എന്ന സംഖ്യാശ്രേണിയിലെ അടുത്ത സംഖ്യ ഏത്?

60.

1

3 5

7 9 11

13 15 17 19

21 23 25 27 29

......................................................

ഇവ തുടർന്നെഴുതിയാൽ 11–ാമത്തെ വരിയിലെ മധ്യത്തിലുള്ള സംഖ്യ ഏത്?

61. ഒറ്റ സംഖ്യകൾ ക്രമത്തിൽ എഴുതിയാൽ 69 വരെയുള്ളവയുടെ തുക എത്ര?

62. x ഇരട്ട സംഖ്യയായാൽ തുടർന്നു വരുന്ന സംഖ്യ x/2

ആണ്. X ഒറ്റ സംഖ്യയായാൽ തുടർന്നു വരുന്ന സംഖ്യ 3X+1 ആണ് എങ്കിൽ 10 എന്ന സംഖ്യയെ തുടർന്നു വരുന്ന മൂന്നു സംഖ്യകൾ ഏവ?

63. 11 സംഖ്യകളുടെ ശരാശരി 25. അവയിൽ ഒന്നാമത്തേതിനോട് 1 രണ്ടാമത്തേതിനോട് 2, മൂന്നാമത്തേതിനോട് 3 എന്നിങ്ങനെ പതിനൊന്നാമത്തേതിനോട് 11 കൂട്ടിയാൽ കിട്ടുന്ന പുതിയ സംഖ്യകളുടെ ശരാശരി എത്ര?

64. ഒരാൾ വീട്ടിൽ നിന്ന് പുറപ്പെട്ട് നേരെ കിഴക്കോട്ട് 5 കി മീ യാത്ര ചെയ്ത് പോസ്റ്റാഫീസിലെത്തി. അവിടെ നിന്ന് നേരെ വടക്കോട്ട് 12 കി മീ യാത്രചെയ്ത് സ്കൂളിലെത്തി. എങ്കിൽ വീട്ടിൽ നിന്ന് സ്കൂളിലേക്ക് ഏറ്റവും കുറഞ്ഞ ദൂരം എത്ര?

65. $\frac{2^0 + 2^{-1}}{2^{-1} + 2^{-2}}$ ന്റെ ലഘൂകരിച്ച വില എത്ര?

66. 1/5 = 1/10 + 1/10 എന്നെഴുതാം. 1/5 നെ മറ്റേത് രണ്ട് ഏകാംശഭിന്നങ്ങളുടെ തുകയായി എഴുതാം?

67. $\sqrt{(8.975 \times 8.975 + 2 \times 8.975 \times 1.025 + 1.025 \times 1.025)}$ ന്റെ വില എന്ത്?

68. 1. 2. 3. .......n = p എങ്കിൽ 2. 4. 6. .......2n ന്റെ വില എന്ത്?

69. $\frac{(6/7)}{2}$ , $\frac{6}{(7/2)}$ ഇവയിൽ വലിയ സംഖ്യ ചെറുതിനെക്കാൾ എത്ര വലുതാണ്

70. x+y=5, x+z=7, y+z=12 എങ്കിൽ x+y+z വില എന്ത്?

71. ABCD ഒരു ചതുരം. ∠Aയുടെ സമഭാജി CDയെ Fലും ∠C യുടെ സമഭാജി ABയെ E ലും ഖണ്ഡിക്കുന്നു. ചതുര

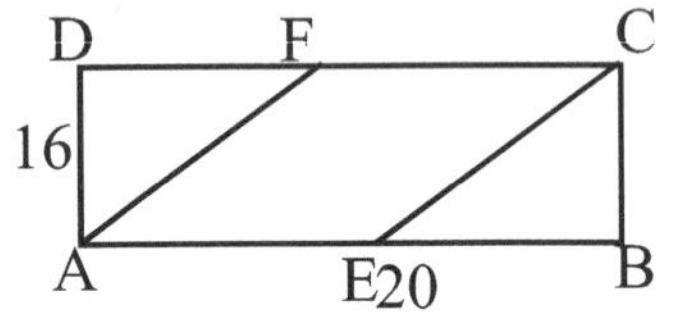


ത്തിന്റെ അളവുകൾ 20, 16 ആയാൽ ചതുർഭുജം AECFന്റെ വിസ്തീർണം എന്ത്?

72. 10 മീറ്റർ വശമുള്ള സമഭുജത്രികോണാകൃതിയുള്ള ഒരു പുരയിടത്തിന്റെ മൂന്നു വശങ്ങളിലും മതിൽ കെട്ടി മറച്ചിട്ടുണ്ട്. അതിന്റെ മൂന്ന് മൂലകളിലും പുറത്ത് 4 മീറ്റർ നീളമുള്ള കയറിൽ മൂന്ന് പശുക്കളെ കെട്ടിയിരിക്കുന്നു. മൂന്ന് പശുക്കളും കൂടി ആകെ മേയുന്ന സ്ഥലത്തിന്റെ വിസ്തീർണം എന്ത്?

73. ഒരു വാട്ടർ ടാങ്കിലേക്ക് 2 പൈപ്പുകൾ ഘടിപ്പിച്ചിട്ടുണ്ട്. ഒന്ന് ടാങ്കിലേക്ക് വെള്ളം നിറയ്ക്കുന്നതിനും മറ്റേത് ടാങ്കിൽ നിന്ന് പുറത്തേക്ക് വെള്ളം കളയുന്നതിനും. ഒന്നാമത്തെ ടാപ്പ് തുറന്നുവെച്ചാൽ ടാങ്ക് 2 മണിക്കൂർ കൊണ്ട് നിറയും. രണ്ടാമത്തെ ടാപ്പ് തുറന്നുവെച്ചാൽ 5 മണിക്കൂർ കൊണ്ട് ടാങ്കിലെ വെള്ളം മുഴുവൻ പുറത്തേക്ക് ഒഴുകിപ്പോകും. രണ്ടും ഒരുമിച്ച് തുറന്നുവെച്ചാൽ എത്ര മണിക്കൂർ കൊണ്ട് ടാങ്ക് നിറയും?

74. $2^3 = 8$ എങ്കിൽ $\log 1/2^8$ ന്റെ വിലഎത്ര?

75. "ജ്യാമിതിയിൽ രാജകീയ വീഥികളില്ല" എന്നു പറഞ്ഞ ഗണിതശാസ്ത്രജ്ഞൻ ആര്?

76. ഒരു ഭാരതീയ ഗണിത ശാസ്ത്രജ്ഞൻ അദ്ദേഹത്തിന്റെ മകളുടെ പേരിൽ എഴുതിയ ഗ്രന്ഥമാണ് *ലീലാവതി*. ഏതാണ് ആ ഗണിത ശാസ്ത്രജ്ഞൻ

77. 5 ന്റെ എത്ര ശതമാനമാണ് 4?

78. 1/0.01 – 1/0.1 ന്റെ വില?

79. $4^{x-3} = 4$ എങ്കിൽ $4^{3-x}$ ന്റെ വില?

80. x നെ ഏത്കൊണ്ട് ഹരിച്ചാൽ y കിട്ടും?

81. $10^{(20)^0} - (10^{20})^0$ ന്റെ വില

82. $25^{125}$ സാധാരണ രൂപത്തിലെഴുതിയാൽ ഒന്നിന്റെ സ്ഥാനത്തെ അക്കം?

83. 1 x 2 x 3 x .................... x 10 ന്റെ ഗുണനഫലം എത്ര പൂജ്യത്തിലവസാനിക്കും?

84. $\frac{x-y}{y-x}$ ന്റെ വില എത്ര?

85. x, y എന്നിവ തമ്മിലുള്ള ബന്ധം $5x - 7y = 0$ എന്ന വാക്യം കൊണ്ട് സൂചിപ്പിക്കാം. എങ്കിൽ x ഉം y ഉം ഏതംശബന്ധത്തിലായിരിക്കും?

86. കൃത്യം 4 മണി കഴിഞ്ഞ് 10 മിനിറ്റാകുമ്പോൾ ഒരു ക്ലോക്കിന്റെ മണിക്കൂർ സൂചിയുടെയും മിനിറ്റ് സൂചിയുടെയും ഇടയ്ക്കുള്ള കോൺ എത്ര?

87. തുടർച്ചയായ മൂന്ന് എണ്ണൽ സംഖ്യകളുടെ തുക 6 ന്റെ ഗുണിതമാണെങ്കിൽ അവയിൽ എത്ര എണ്ണം ഒറ്റസംഖ്യകളായിരിക്കും?

88. ഒരു സമചതുരത്തിന്റെ വശം വ്യാസമായും വികർണം വ്യാസമായും വരയ്ക്കുന്ന വൃത്തങ്ങളുടെ വിസ്തീർണങ്ങൾ ഏതംശബന്ധത്തിലായിരിക്കും?

89. ഒരു ത്രികോണത്തിന്റെ രണ്ട് ഉന്നതികൾ അതിന്റെ ശീർഷത്തിലാണ് ഖണ്ഡിക്കുന്നത്. ത്രികോണത്തിന് ഏറ്റവും യോജിച്ച പേര്?

90. ഒരു ത്രികോണത്തിന്റെ വശങ്ങളുടെയെല്ലാം അളവുകൾ എണ്ണൽ സംഖ്യകളാണ്. അതിന്റെ ചുറ്റളവ് 40 സെ മീ എങ്കിൽ ഒരു വശത്തിന്റെ ഏറ്റവും കൂടിയ നീളം എത്ര?

91. ഒരു പരീക്ഷയിൽ ഓരോ ശരിയുത്തരത്തിനും 5 മാർക്ക് കിട്ടും. തെറ്റായ ഉത്തരത്തിന് 2 മാർക്ക് കുറയ്ക്കുകയും ചെയ്യും. 50 ചോദ്യങ്ങളുടെ ഉത്തരം എഴുതിയ ഒരു കുട്ടിക്ക്

110 മാർക്ക് കിട്ടി എങ്കിൽ എത്ര ചോദ്യങ്ങളുടെ ഉത്തരമാണ് ശരിയായി എഴുതിയത്?

92. 1 മീറ്റർ വശമുള്ള സമചതുരാകൃതിയായ തകിടിന്റെ 4 മൂലകളിൽ നിന്നും 10 സെ മീ വശമുള്ള സമചതുരങ്ങൾ വെട്ടിമാറ്റുന്നു. ശേഷിക്കുന്ന ഭാഗത്തിന്റെ ചുറ്റളവ് എത്ര?

93. 50 രൂപയ്ക്ക് ഒരു സാധനം വിറ്റപ്പോൾ 5 രൂപ നഷ്ടം വന്നു. 8 രൂപ ലാഭം കിട്ടണമെങ്കിൽ അത് എത്ര രൂപയ്ക്ക് വിൽക്കണമായിരുന്നു?

94. 1998 ഡിസംബർ 2 ബുധനാഴ്ചയാണ് എങ്കിൽ 1997 ഡിസംബർ 2 ഏതാഴ്ചയായിരുന്നു?

95. log 1 x log 2 x log 3 x ............. x log 10 ന്റെ വില എത്ര?

96. ഒരു പോസിറ്റീവ് സംഖ്യയുടെയും അതിന്റെ വ്യുൽക്രമത്തിന്റെയും ഏറ്റവും കുറഞ്ഞ തുക എന്ത്?

97. $x/0.1 - 1/0.01 = 0$ ആയാൽ x ന്റെ വില എന്ത്?

98. $x^{10} - x^9 = x^9$ ആയാൽ x ന്റെ വില പറയുക?

99. രണ്ട് ചരങ്ങളുള്ള ഒരു സമവാക്യത്തിന്റെ നിർധാരണമൂല്യങ്ങളുടെ എണ്ണമെത്ര?

100. ഒരു സമാന്തര പ്രോഗ്രഷന്റെ 5 പദങ്ങളുടെ തുക 0. അവയിൽ ഏറ്റവും വലുത് 10 ആയാൽ ഏറ്റവും ചെറുത് ഏത്?

101. $13x^2 + 2x - 9$ നെ $x - 1$ കൊണ്ട് ഗുണിച്ചാൽ ഗുണനഫലത്തിൽ ഗുണോത്തരങ്ങളുടെ തുക എന്ത്?

102. Aയും Bയും ശൂന്യഗണങ്ങളല്ല. എന്നാൽ A -B = B - A എങ്കിൽ A - B ഏത് ഗണമാണെന്നു പറയാമോ?

103. $\dfrac{9\times9^2-1}{9^2+9+1}$ ന്റെ വില എന്ത്?

104. ഒരു ത്രിപദത്തിന്റെ വർഗത്തിൽ പരമാവധി എത്ര നെഗറ്റീവ് പദങ്ങളുണ്ടാകാം?

105. ഒരു മീറ്റർ പൊക്കമുള്ള ഒരു ചെടിയുടെ നിഴലിന് 1.5 മീറ്റർ നീളമുള്ളപ്പോൾ 12 മീറ്റർ നിഴലിന്റെ നീളമുള്ള കെട്ടിട

ത്തിന്റെ പൊക്കമെന്ത്?

106. 10 മീറ്റർ പൊക്കമുള്ള ഒരു കെട്ടിടത്തിന്റെ മുകളിൽ നിൽക്കുന്ന ഒരാൾ ഒരു ഗോപുരത്തിന്റെ ചുവടും, മുകളറ്റവും ഒരേ വീക്ഷണകോണിൽ കാണുന്നു. ഗോപുരത്തിന്റെ പൊക്കം എന്ത്?

107. ഒരു തുകയ്ക്ക് 2 വർഷത്തെ സാധാരണ പലിശ 100 രൂപ അതേ തുകയ്ക്ക് അതേ നിരക്കിൽ 2 വർഷത്തെ കൂട്ടുപലിശ 105 രൂപ പലിശ നിരക്ക് എത്ര?

108. ഒരു സമഭുജസാമാന്തരികത്തിന്റെ ഒരു വശത്തിന്റെ നീളം x ഉം ഒരു കോണിന്റെ അളവ് $60^0$ യും ആയാൽ അതിന്റെ വിസ്തീർണം എന്ത്?

109. ഒരേ വലുപ്പമുള്ള കുറെ ക്യൂബുകൾ ഒന്നിനു മുകളിൽ മറ്റൊന്നായി വെച്ച് ഒരു സമചതുരസ്തംഭം ഉണ്ടാക്കുന്നു. സമചതുരസ്തംഭത്തിന്റെ പാർശ്വതല വിസ്തീർണം ഒരു ക്യൂബിന്റെ ഉപരിതല വിസ്തീർണത്തിന്റെ 2 മടങ്ങായാൽ എത്ര ക്യൂബുകളാണ് ഉപയോഗിച്ചത്?

110. ഒരു സമബഹുഭുജത്തിന്റെ ബാഹ്യകോണിന്റെ അളവ് പൂർണസംഖ്യയാണ്. അത് ഏതിന്റെ ഘടകമാണെന്ന് പറയാമോ?

111. 2 സെ മീ വശമുള്ള സമഭുജത്രികോണാകൃതിയായ ഒരു തകിടിന്റെ മൂന്നു മൂലകളിൽനിന്നും 1 സെ മീ വീതം ആരങ്ങളുള്ള സെക്ടറുകൾ വെട്ടിമാറ്റിയാൽ ശേഷിക്കുന്ന ഭാഗത്തിന്റെ ചുറ്റളവ് എന്ത്?

112. ഒരു സമഷഡ്ഭുജത്തിന്റെ പരിവൃത്തത്തിന്റെ വിസ്തീർണം x ആയാൽ അന്തർവൃത്തത്തിന്റെ വിസ്തീർണം എന്ത്?

113. ഒരു വൃത്തത്തിലുള്ള ഒരു ബിന്ദുവിലൂടെ വൃത്തത്തിനു വരയ്ക്കാവുന്ന സ്പർശ രേഖകളുടെ എണ്ണം എത്ര?

114. സമചതുരാകൃതിയായ ഒരു തകിടിൽനിന്ന് 1 സെ മീ വശമുള്ള ഒരു ചെറിയ സമചതുരം മുറിച്ചുമാറ്റിയപ്പോൾ ശേഷിക്കുന്ന ഭാഗത്തിന്റെ വിസ്തീർണം മുറിച്ചുമാറ്റിയ സമചതുരത്തിന്റെ വിസ്തീർണത്തിനു തുല്യമായാൽ തകിടിന്റെ

വശം എത്ര?

115. അർധഗോളാകൃതിയായ ഒരു പാത്രത്തിൽ നിറയെ വെള്ളമുണ്ട്. ജലനിരപ്പിന്റെ പരിധി 32π ആയാൽ പാത്രത്തിന്റെ അകത്തെ വ്യാസം എന്ത്?

116. $a+1/a = 2$ ആയാൽ $a^4 + 1/a^4$ ന്റെ വില എന്ത്?

117. $\tan\theta = x, \cos\theta = y$ ആയാൽ $\operatorname{cosec}\theta$ യുടെ വില എന്ത്?

118. ചാപം ABC അർധവൃത്തവും AC വ്യാസവുമാണ്. AC=x ആയാൽ ആ അർധവൃത്തത്തിലെ ബിന്ദുക്കൾ ശീർഷങ്ങളായി വരയ്ക്കാവുന്ന ഏറ്റവും വലിയ ത്രികോണത്തിന്റെ വിസ്തീർണം എന്ത്?

119. മൂന്നു സംഖ്യകളുടെ ശരാശരി 7. അവയിൽ രണ്ടെണ്ണത്തിന്റെ ശരാശരി 4 ആയാൽ മൂന്നാമത്തെ സംഖ്യ എത്ര?

120. ഒരാൾ A ൽ നിന്ന് പുറപ്പെട്ട് കിഴക്കു വടക്കായി 3 കി മീ സഞ്ചരിച്ച് B ൽ എത്തുന്നു. B യിൽ നിന്ന് തെക്കുകിഴക്കായി 4 കി മീ സഞ്ചരിച്ച് C യിൽ എത്തുന്നു. അയാൾ A യിൽ നിന്ന് എത്ര കി മീ അകലെയാണ്? ഏത് ഭാഗത്താണ്?

121. രണ്ട് എണ്ണൽ സംഖ്യകളുടെ തുക അവയുടെ ഗുണനഫലത്തെക്കാൾ വലുത് ആകുന്നു. അവയിൽ ഒരു സംഖ്യ എല്ലായ്പ്പോഴും ഏത് ആയിരിക്കും?

122. രണ്ടക്കങ്ങൾ ഉള്ള ഒരു സംഖ്യയുടെ വർഗമൂലം അതിന്റെ അക്കങ്ങളുടെ തുകയ്ക്ക് തുല്യമായാൽ സംഖ്യ ഏത്?

123. $(2^{-1} + 1^{-1})^{-1}$ ന്റെ വില എന്ത്?

124. 20–ാം നൂറ്റാണ്ടിൽ $x^2$ എന്ന വർഷത്തിൽ ജനിച്ച ഒരാളിന്റെ വയസ്സ് അതേ നൂറ്റാണ്ടിൽ x ആയാൽ അയാൾ ജനിച്ച വർഷം ഏത്?

125. 20, 25 എന്നീ സംഖ്യകൾക്ക് ഒരു പ്രത്യേകത ഉണ്ട്. 20+25=45. $45^2$ = 2025. ഇതേ പ്രത്യേകതകൾ ഉള്ള 50 ൽ കുറവായ രണ്ട് സംഖ്യകൾ ഏവ?

126. ചുറ്റളവ് തുല്യമായ ചതുരത്തിനാണോ സമചതുരത്തിന്നാണോ വിസ്തീർണം കൂടുതൽ?

127. ഒരു തലത്തിൽ ഉള്ള നാലു രേഖകൾ പരമാവധി എത്ര ബിന്ദുക്കളിൽ ഖണ്ഡിക്കും?

128. 20 സെ മീ വശമുള്ള സമചതുരാകൃതിയായ ഒരു തകിടിന്റെ നാല് മൂലകളിൽ നിന്നും 4 സെ മീ വീതം വശങ്ങൾ ഉള്ള നാല് സമചതുരങ്ങൾ വെട്ടിമാറ്റുന്നു. ശേഷിക്കുന്ന ഭാഗത്തിന്റെ ചുറ്റളവ്?

129. കട്ടിയായ ഒരു ഗോളത്തിന് 100 ച സെ മീ ഉപരിതല വിസ്തീർണം ഉണ്ട്. ഇതിന്റെ ഒരു വ്യാസം ഉൾപ്പെടത്തക്കവിധം നാലിൽ ഒരു ഭാഗം മുറിച്ചു മാറ്റുന്നു. ശേഷിക്കുന്ന ഭാഗത്തിന്റെ വിസ്തീർണം എന്ത്?

130. $y = |x|$ എന്ന ബന്ധത്തിന്റെ മണ്ഡലം $^{-}5$ മുതൽ $^{+}5$ വരെയുള്ള രേഖീയ സംഖ്യാഗണം ആയാൽ ആ ബന്ധത്തിന്റെ ഗ്രാഫിന്റെ ആകൃതി ഏത് അക്ഷരത്തിന്റേതായിരിക്കും?

131. ഒരു സാധാരണ നാഴികമണി ഓരോ മണിക്കൂറിലും അതാത് സമയത്തെ സൂചിപ്പിക്കുന്ന അത്രയും ശബ്ദം മുഴക്കുന്നു. ഇപ്രകാരം അഞ്ചു ദിവസത്തിൽ അത് എത്ര ശബ്ദം മുഴക്കും?

132. ഒരു സമഭുജത്രികോണത്തിന്റെ പരിവൃത്തത്തിന്റെയും അന്തർവൃത്തത്തിന്റെയും വിസ്തീർണങ്ങൾ ഏത് അംശബന്ധത്തിൽ ആയിരിക്കും?

133. ഒരേ വലുപ്പമുള്ള 64 ക്യൂബുകൾ ഉപയോഗിച്ച് ഒരു വലിയ ക്യൂബ് ഉണ്ടാക്കുന്നു. അതിന്റെ എല്ലാ മുഖങ്ങളിലും കറുത്ത ചായം തേക്കുന്നു. ചായം തൊടാത്ത എത്ര ക്യൂബുകൾ ഉണ്ടായിരിക്കും?

134. 1993 ജനുവരി 1 വെള്ളിയാഴ്ച ആകുന്നു. ഇതിനു ശേഷം ജനുവരി 1 വെള്ളിയാഴ്ച ആകുന്ന വർഷം ഏത്?

135. കൃത്യം 6 മണിക്ക് ഒരു ക്ലോക്കിന്റെ മണിക്കൂർ സൂചിയും മിനിറ്റ് സൂചിയും എതിർദിശകളിലാണ്. 6 മണി കഴിഞ്ഞാൽ ആദ്യമായി ഏത് സമയത്ത് രണ്ട് സൂചികളും എതിർ ദിശകളിൽ ആയിരിക്കും?

136. ഒരു ടാങ്ക് നിറയ്ക്കുന്നതിനും വെള്ളം ചോർത്തിക്കളയുന്ന

തിനും A,B എന്ന രണ്ട് വ്യത്യസ്ത ടാപ്പുകൾ ഉണ്ട്. A മാത്രം തുറന്നു വെച്ചാൽ ടാങ്ക് 40 മിനിറ്റുകൊണ്ട് നിറയും Bമാത്രം തുറന്നു വെച്ചാൽ 1 മണിക്കൂർ 20 മിനിറ്റുകൊണ്ടു ടാങ്കിലെ വെള്ളം മുഴുവൻ ഒഴുകിപ്പോകും. രണ്ട് ടാപ്പുകളും ഒരേ സമയം തുറന്നുവെച്ചാൽ ടാങ്ക് എത്ര സമയം കൊണ്ട് നിറയും

137. 1 മീറ്റർ നീളവും 1 മീറ്റർ വീതിയും ഉള്ള ഒരു കാർഡ്ബോർഡിനെ 1 സെ മീ നീളവും 1 സെ മി വീതിയും ഉള്ള ചെറിയ സമചതുരക്കഷണങ്ങളാക്കുന്നു. ഇവയെ ഒരേ വരിയിൽ ഒന്നിനോട് ഒന്നു ചേർത്തുവെച്ചാൽ ആ വരിയുടെ നീളം എന്ത്?

138. "May I have a large container of coffee" എന്നവാക്യം ഏതോ ഒരു സംഖ്യയുടെ വില 7 ദശാംശസ്ഥാനത്തിന് ശരിയായി ഓർക്കുന്നതിന് സഹായകമാണ്. ഏത് സംഖ്യയുടെ?

139. ആർക്കിമിഡീസിന്റെ ശവകുടീരത്തിൽ ഒരു ചിത്രം കൊത്തിവെച്ചിട്ടുണ്ട്. ഏതാണ് ഈ ചിത്രം?

140. ശരിയോ തെറ്റോ എന്നു പറയുക:

ഏത് രണ്ട് അഭിന്നകങ്ങളുടെയും ഗുണനഫലം ഒരു അഭിന്നകം ആയിരിക്കും

141. വൃത്താകൃതിയായ ഒരു തോട്ടത്തിന് ചുറ്റും ഒരേ വീതിയിൽ ഒരു പാത ഉണ്ട്. തോട്ടത്തിന്റെ വിസ്തീർണവും പാതയുടെ വിസ്തീർണവും തുല്യമാണ്. തോട്ടത്തിന്റെ ആരം 10 മീറ്റർ ആയാൽ പാതയുടെ വീതി എത്ര?

142. $\pi$ യുടെ വില 22/7 എന്ന് ആദ്യമായി കണ്ടുപിടിച്ച ഗണിതശാസ്ത്രജ്ഞന്റെ പേര് എന്ത്?

143. ഒരു ഗണിതശാസ്ത്രജ്ഞൻ തന്റെ 12–ാമത്തെ വയസിൽ ത്രികോണത്തിന്റെ മൂന്നു കോണുകളുടെ അളവുകളുടെ തുക $180^0$ എന്നു തെളിയിച്ചു. ആരാണ് ഈ ഗണിതശാസ്ത്രജ്ഞൻ

144. 3568A എന്ന അഞ്ചക്കസംഖ്യ 9 ന്റെ ഗുണിതമാകണമെങ്കിൽ A യുടെ സ്ഥാനത്തെ അക്കം ഏത്?

145. ഒരു ഹരണക്രിയയിൽ സാധാരണ ഹാര്യം, ഹാരകം, ഹരണഫലം, ശിഷ്ടം എന്നിങ്ങനെ 4 സംഖ്യകളുണ്ടാകുമല്ലോ. ഒരു ഹരണ ക്രിയയിലെ സംഖ്യകൾ 23, 35, 46, 1093 എന്നിവയാണ്. ഇവയിൽ ഏതാണ് ശിഷ്ടം?

146. ഏതാനും സംഖ്യകളുടെ ഒരു ലിസ്റ്റ് ഉണ്ട്. അവയിൽ 20 എണ്ണം 2 ന്റെ ഗുണിതങ്ങളാണ്. 15 എണ്ണം 3 ന്റെ ഗുണിതങ്ങളാണ്. 2, 3 ഇവയിൽ ഒന്നിന്റെയെങ്കിലും ഗുണിതമായവ 27 ആണ്. എങ്കിൽ അവയിൽ 6 ന്റെ ഗുണിതങ്ങളുടെ എണ്ണം എത്ര?

147. A എന്ന ഗണത്തിന്റെ ഉപഗണങ്ങളുടെ എണ്ണം 500 നും 1000ത്തിനും ഇടയ്ക്കാണ്. A യെക്കാൾ 1 അംഗം കൂടുതലാണ് Bയിൽ. Bയുടെ ഉപഗണങ്ങളുടെ എണ്ണം എത്ര?

148. $4 + 2 X 4^2 \div 8^2$ ലഘൂകരിച്ചാൽ ഉത്തരം എത്ര?

149. −20 മുതൽ +23 വരെയുള്ള എല്ലാ പൂർണസംഖ്യകളുടെയും തുക എത്ര?

150. ഒരു +ve സംഖ്യ അതിന്റെ വർഗത്തിനെക്കാൾ കൂടുതലാണ്. ആ സംഖ്യയുടെ തൊട്ടടുത്ത പൂർണ്ണ സംഖ്യ ഏത്?

151. $x^2 > x$ കൂടാതെ $x = x^3 = x^5$ ...................... എങ്കിൽ ഇതിന്റെ വില എത്ര?

152. ഒരു എണ്ണൽ സംഖ്യയുടെ ഘടകങ്ങളുടെ എണ്ണം അതിനെക്കാൾ ചെറിയ എല്ലാ സംഖ്യകളുടെയും ഘടകങ്ങളുടെ എണ്ണത്തെക്കാൾ കൂടുതലാണെങ്കിൽ അതിനെ അതിഭാജ്യ സംഖ്യ (Highly composite number)) എന്നു പറയുന്നു. 50 ൽ കുറവായ അതിഭാജ്യസംഖ്യകളിൽ ഏറ്റവും വലുത് ഏത്?

153. 1600, 1681 എന്നിവ തുടർച്ചയായ പൂർണവർഗനിസർഗസംഖ്യയാണ്. അടുത്ത പൂർണവർഗനിസർഗസംഖ്യ ഏത്?

154. 1, 1, 2, 3, 5, 8, 13, ...................... എന്ന സംഖ്യാശ്രേണി ഒരു ശാസ്ത്രജ്ഞന്റെ പേരിലാണറിയപ്പെടുന്നത്. ആരുടെ പേരിൽ?

155. രണ്ടു സംഖ്യകളുടെ തുക 10. അവയുടെ ഗുണനഫലം 20.

എങ്കിൽ ആ സംഖ്യകളുടെ വ്യുൽക്രമങ്ങളുടെ തുക എത്ര?

156. $(3/4)^{-1} \times (2/3)^{-2}$ നെ ലഘൂകരിച്ചാൽ ഉത്തരം എത്ര?

157. ഒരാളുടെ ഓഫീസിലേക്ക് ഒരു മണിക്കൂറിൽ നാല് കിലോ മീറ്റർ വേഗതയിൽ നടന്നുപോകുന്നു. തിരിച്ച് സൈക്കിളിൽ മൂന്നിരട്ടി വേഗതയിൽ വീട്ടിലേക്ക് പോകുന്നു. ഓഫീസിൽ നിന്ന് വീട്ടിലേക്കുള്ള ദൂരം ആറ് കിലോമീറ്ററാണെങ്കിൽ ആകെ യാത്രയ്ക്കെടുത്ത സമയം എത്ര?

എ) ഒരു മണിക്കൂർ 45 മിനിറ്റ്

ബി) ഒന്നര മണിക്കൂർ

സി) രണ്ടു മണിക്കൂർ

ഡി) ഒരു മണിക്കൂർ 15 മിനിറ്റ്

158. സജീവ് 5000 രൂപ 8% സാധാരണപലിശനിരക്കിലും രാജീവ് അതേ നിരക്കിൽ കൂട്ടുപലിശനിരക്കിലും നിക്ഷേപിക്കുന്നു. ഒരു വർഷം കഴിഞ്ഞാൽ ആർക്കായിരിക്കും കൂടുതൽ പലിശ ലഭിക്കുന്നത്?

159. ചതുരം ABCDയിൽ AB=24. CDയുടെ മധ്യബിന്ദുവാണ് M. MB = 13 എങ്കിൽ ചതുരത്തിന്റെ വിസ്തീർണം എന്ത്?

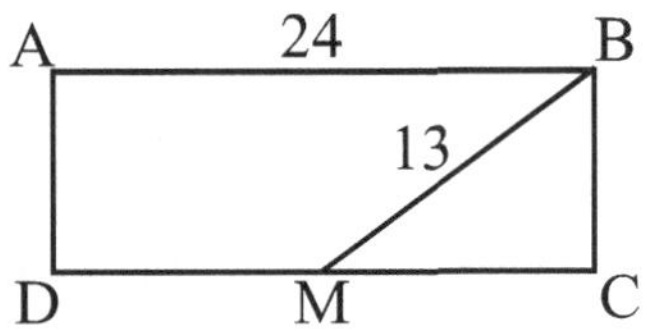


160. ഒരു സ്കൂൾ ഹാജർ പട്ടികയിൽ അഭിലാഷിന്റെ പേര് ആദ്യത്തെ പേര് തുടങ്ങി ആറാമത്തേതാണ്. അവസാനത്തെ പേരിൽ നിന്ന് തുടങ്ങുമ്പോൾ ഇരുപത്തഞ്ചാമത്തേതാണെങ്കിൽ ആ പട്ടികയിൽ എത്ര കുട്ടികൾ ഉണ്ട് ?

161. Cube ആകൃതിയിലുള്ള പെട്ടി പൊളിച്ച് നിവർത്തി വെച്ചതിന്റെ ചിത്രമാണ് ചുവടെ. ശീർഷങ്ങൾക്ക് പേര് കൊടു

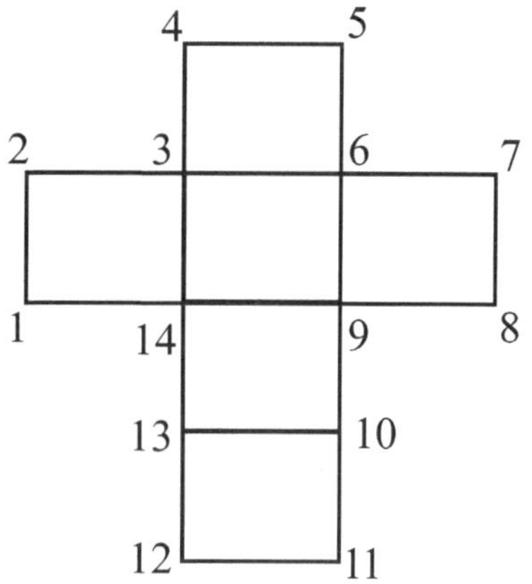

ത്തിരിക്കുന്നു. Cube ആയിരുന്നപ്പോൾ 12 എന്നു നമ്പരുള്ള ബിന്ദു വേറെ ഏതൊക്കെ നമ്പരുള്ള ബിന്ദുക്കളുമായാണ് ചേർത്തിരുന്നത്?

162. $x = 10$ , $y = 5$ ആയാൽ $(2x + y)(x - 2y) / (2x - y)$ യുടെ വില എന്ത്?

163. *എലമെന്റ്സ്* എന്ന കൃതിയുടെ കർത്താവ് ആര്

164. താഴെ കൊടുത്തവയിൽ ഏതാണ് ഒരു അഭാജ്യസംഖ്യ?

$24^2-1$; $24^3-1$; $24^4-1$; $24^2+1$; $24^3+1$

165. ഒരു ഗണത്തിന്റെ ആകെ ഉപഗണങ്ങളുടെ എണ്ണം ആകാൻ സാധ്യമല്ലാത്ത് ഏത്?

16, 32, 48, 64, 128

166. ഒരു Magic Square ലെ സംഖ്യകൾ 10 മുതലുള്ള തുടർച്ച യായ എണ്ണൽസംഖ്യകളാണ്. അതിലെ ഏറ്റവും വലിയ സംഖ്യയാകാവുന്നതേത്? 26, 27, 35, 36, 43, 44, 45

167. $90^0$ ഡിഗ്രി അളവുള്ള കോണിന്റെ പേര് എന്ത്?

168. 10, 15, x എന്നിവ ഒരു ത്രികോണത്തിന്റെ 3 വശങ്ങളുടെ അളവുകളാണ്. x ന് സ്വീകരിക്കാവുന്ന ഏറ്റവും വലിയ

പൂർണസംഖ്യാവില എന്ത്?

169. 8.9 X 8.9 + 2 X 8.9 X .1 + .1 X .1 നെ ലഘൂകരിച്ചാൽ കിട്ടുന്ന വിലഎത്ര?

170. $5^9$ ന്റെ എത്ര മടങ്ങാണ് $5^{11}$ ?

171. താഴെ കൊടുത്തവയിൽ ഏതാണ് ഒരു ചതുർഭുജത്തിന്റെ 4 കോണുകളുടെ അളവുകളുടെ അംശബന്ധം ആകാത്തത്? [1 : 2 : 3 : 4 ; 1 : 1 : 2 : 3 ; 1 : 2 : 2 : 3 ; 1 : 1 : 1 : 3 ; 1 : 2 : 2 : 4]

172. ഒരു കുട്ടി ഒരു സംഖ്യയുടെ വർഗമൂലം കാണാൻ ചെയ്ത ക്രിയയുടെ ഏറ്റവും താഴെയുള്ള ഭാഗം മാത്രമേ കാണാനുള്ളൂ. അത് ഇതാണ്

$$\begin{array}{r} 669 \\ \underline{669} \\ 0 \end{array}$$

ഈ ക്രിയയിൽ വർഗമൂലമായി കിട്ടിയ സംഖ്യ ഏത്?

173. 2000047 നെ 9 കൊണ്ടു ഹരിച്ചാൽ ശിഷ്ടം എത്ര?

174. അടുത്തടുത്ത 2 എണ്ണൽ സംഖ്യകളുടെ വർഗങ്ങളുടെ വ്യത്യാസം 51 ആയാൽ ആ സംഖ്യകളിൽ വലുത് ഏത്?

175. രണ്ട് സംഖ്യകളുടെ അംശബന്ധം 5 : 9 ആണ്. രണ്ട് സംഖ്യകളിൽ നിന്നും 5 വീതം കുറച്ചാൽ അംശബന്ധം 5 : 11 ആകും സംഖ്യകൾ താഴെ പറയുന്നവയിൽ ഏതായിരിക്കും?

എ) 10, 18 ബി) 45, 55 സി) 15, 27 ഡി) 20, 55

176. A ഒരു ജോലി 3 മണിക്കൂർകൊണ്ടും B അതേ ജോലി 4 മണിക്കൂർകൊണ്ടും തീർക്കും. രണ്ടുപേരുംകൂടി അതേ ജോലി എത്രസമയംകൊണ്ട് തീർക്കും?

177. ഒരു തുക A യ്ക്കും B യ്ക്കും 4:5 എന്ന അംശബന്ധത്തിൽ ഭാഗിച്ചപ്പോൾ B ക്ക് A യേക്കാൾ 20 രൂപ കൂടുതൽ കിട്ടി. എങ്കിൽ B ക്ക് കിട്ടിയ തുക എത്ര?

178. ഒരാൾ ഒരു സാധനം വിറ്റപ്പോൾ വിറ്റവിലയുടെ 20% ലാഭം

കിട്ടി. എന്നാൽ ലാഭശതമാനം എത്ര?

179. 200നും 300നും ഇടയിലുള്ള ഒരു ഇരട്ട സംഖ്യയുടെ ഘടകങ്ങളുടെ എണ്ണം 9 ആണ്. എങ്കിൽ സംഖ്യ ഏത്?

180. 1 നും 7 നും ഇടയിലുള്ള 6 എണ്ണൽ സംഖ്യകൾ എഴുതിയിരിക്കുന്നു. അവയിൽ 2 എണ്ണം തുല്യവും ബാക്കിയുള്ളവ വ്യത്യസ്തവുമാണ്. അവയുടെയെല്ലാം തുക ഒരു അഭാജ്യ സംഖ്യയാണ്. എന്നാൽ ഏത് സംഖ്യയാണ് 2 തവണ വന്നത്?

181. $0.85^2$ എത്ര?

182. 10 ന്റെ 84.3% എത്ര?

183. ഒരു വൃത്തത്തിന്റെ ചുറ്റളവ് 40 cm. ആ വൃത്തത്തിന്റെ ആരത്തിനെക്കാൾ 1 cm ആരം കൂടുതലുള്ള വൃത്തത്തിന്റെ ചുറ്റളവ് എത്ര?

184. ഒന്നിനെ 19 കൊണ്ട് ഹരിച്ചാൽ ഹരണഫലത്തിൽ എത്ര അക്കങ്ങൾ ആവർത്തിക്കും?

185. 3 − 4 − 5 + 9 = 13 ഇതു ശരിയാണോ?

ശരിയാക്കുന്നതിന് ഏതോ രണ്ട് സംഖ്യകൾ ബ്രാക്കറ്റിൽ എഴുതിയാൽ മതിയാകും. ഏതാണ് ബ്രാക്കറ്റിൽ എഴുതേണ്ടത്?

186. A എന്ന ഗണത്തിന്റെ ഉപഗണങ്ങളുടെ എണ്ണം B യുടെ ഉപഗണങ്ങളുടെ എണ്ണത്തിന്റെ ഇരട്ടിയാണ്. എന്നാൽ A യിൽ B ലെക്കാൾ എത്ര അംഗങ്ങൾ കൂടുതലുണ്ട്?

187. കൃത്യം 12 മണിക്ക് ഒരു ക്ലോക്കിന്റെ മിനിറ്റ്സൂചി മണിക്കൂർ സൂചിയുടെ നേരെ മുകളിലാണ്. ഇനി എത്ര മിനിറ്റ് കഴിഞ്ഞാൽ അവ ഒന്നിനു മുകളിൽ ഒന്നായി വരും?

188. ഒരു സമഷഡ്ഭുജത്തിന്റെ ചുറ്റളവ് 6 മീറ്ററാണ്. അതിന്റെ വികർണങ്ങൾ വരച്ചാൽ കിട്ടുന്ന 6 ത്രികോണങ്ങളിൽ ഒന്ന് മുറിച്ചുമാറ്റുന്നു. ശേഷിക്കുന്നതിന്റെ ചുറ്റളവ് എന്ത്?

189. 1700, 1800, 1900, 2000 എന്നീ വർഷങ്ങളിൽ അധിവർഷം

ഏത്?

190. രണ്ട് സംഖ്യകളുടെ തുക 4/5 ഉം വ്യത്യാസം 3/5 ഉം ആയാൽ അവയുടെ വർഗങ്ങളുടെ തുക എന്ത്?

191. മൂന്നു വൃത്തങ്ങളുണ്ട്. അവയുടെ ആരങ്ങൾ 3 സെ മീ, 4 സെമീ, 5 സെ മീ ഇവ ഓരോന്നും മറ്റുരണ്ട് വൃത്തങ്ങളെ ഓരോ ബിന്ദുവിൽ സ്പർശിക്കുന്നു. ഈ വൃത്തങ്ങളുടെ കേന്ദ്രങ്ങൾ ശീർഷങ്ങളായ ത്രികോണത്തിന്റെ ചുറ്റളവ് എന്ത്?

192. ഒരു ബാങ്കിൽ ഒരു തുക നിക്ഷേപിച്ചാൽ ഓരോ അഞ്ച് വർഷം കഴിയുമ്പോഴും അത് ഇരട്ടിയാകും. എങ്കിൽ 20 വർഷം കഴിയുമ്പോൾ ആ തുക എത്രമടങ്ങാകും?

193. $x + y = z$ ആയാൽ $x^2 + y^2 + z^2 + 2xy - 2yz - 2zx$ ന്റെ വില എന്ത്?

194. ഒരു ഘനരൂപത്തിന്റെ മുഖങ്ങളുടെ എണ്ണവും മൂലകളുടെ എണ്ണവും 4 വീതമാണ്. അതിന്റെ ഒരു മൂലയിൽ നിന്ന് അതേ ആകൃതിയുള്ള ഒരു ചെറിയ ഘനരൂപം മുറിച്ചുമാറ്റുന്നു. ശേഷിക്കുന്ന രൂപത്തിന് എത്ര മുഖങ്ങളുണ്ട് ?

195. 3, 4, 5 എന്നീ സംഖ്യകൾകൊണ്ട് ഹരിക്കുമ്പോൾ 2 ശിഷ്ടം വരുന്ന ഏറ്റവും ചെറിയ പോസിറ്റീവ് സംഖ്യ ഏതായിരിക്കും?

196. 500 ന്റെ അരശതമാനം എത്ര?

197. ചതുരാകൃതിയായ രണ്ട് ലോഹത്തകിടുകൾ ഉണ്ട്. അവ ഓരോന്നിന്റെയും നീളം 16 സെ മീ, വീതി 9 സെ മീ ഇവയിൽ ആദ്യത്തെതിനെ നീളത്തിലൂടെയും രണ്ടാമത്തെതിനെ വീതിയിലൂടെയും വളച്ച് അഗ്രമുഖമില്ലാത്ത സിലിണ്ടറുകൾ ഉണ്ടാക്കുന്നു. ഏതിനായിരിക്കും വ്യാപ്തം കൂടുതൽ?

198. 2 സെ മീ വശമുള്ള 64 ക്യൂബുകൾ ചേർത്തുവെച്ച് ഒരു വലിയ ക്യൂബ് ഉണ്ടാക്കുന്നു. ഇങ്ങനെ കിട്ടുന്ന ക്യൂബിന്റെ ഉപരിതല വിസ്തീർണം എന്ത്?

199. ഒരു തലത്തിലുള്ള ഒരു രേഖയുടെയും ഒരു ത്രികോണത്തിന്റെയും സംഗമം പരമാവധി (വലിയത്) എന്തായിരിക്കും?

200. ഒരു ടാങ്കിലെ വെള്ളം ഓരോ മിനിറ്റിലും ഇരട്ടിയാകുന്നു. ടാങ്ക് നിറയുന്നതിന് 40 മിനിറ്റ് വേണം എങ്കിൽ ടാങ്കിന്റെ കാൽഭാഗം നിറയുന്നതിന് എത്ര മിനിറ്റ് ആവശ്യമാണ്?

201. $6^{25} - 4$ നെ 5 കൊണ്ട് ഹരിച്ചാൽ കിട്ടുന്ന ശിഷ്ടം എന്ത്?

202. ജിൻസിക്ക് ഇപ്പോൾ 16 വയസുണ്ട്. റംലയ്ക്ക് ജിൻസിയുടെ വയസിന്റെ 1/4 ഭാഗം കൂടുതലുണ്ട്. എങ്കിൽ എത്ര വർഷം മുമ്പ് റംലയുടെ വയസ് ജിൻസിയുടേതിന്റെ ഇരട്ടിയായിരിക്കും?

203. ഒരേ രേഖയിലല്ലാത്ത 5 വ്യത്യസ്ത ബിന്ദുക്കളുണ്ട്. ഇവയിൽ ഏതെങ്കിലും മൂന്നെണ്ണം ശീർഷങ്ങളായി എത്ര ത്രികോണങ്ങൾ വരയ്ക്കാം?

204. $\log 1/x = 2$ ആയാൽ $\log x$ ന്റെ വില എന്ത്?

205. ഒരു സ്കൂളിൽ ആൺകുട്ടികളും പെൺകുട്ടികളും 2:1 എന്ന അംശബന്ധത്തിലാണ്. പെൺകുട്ടികളിൽ നടന്നുവരുന്നവരും ബസിന് വരുന്നവരും 2:1 എന്ന അംശബന്ധത്തിലാണ്. ബസിൽ വരുന്ന പെൺകുട്ടികളിൽ ഭക്ഷണം കൊണ്ടു വരുന്നവരും കൊണ്ടുവരാത്തവരും 2:1 എന്ന അംശബന്ധത്തിലാണ്. ഭക്ഷണം കൊണ്ടുവരാത്ത പെൺകുട്ടികൾ 20 ആയാൽ ആ സ്കൂളിൽ ആകെ എത്ര കുട്ടികൾ ഉണ്ട്?

206. ഒരു സംഖ്യയുടെ 4/5 ഭാഗത്തിന്റെ 30 ശതമാനത്തിന്റെ 2/3 ഭാഗം 32 ആയാൽ സംഖ്യ ഏത്?

207. $1^3 = 1^2$

$1^3 + 2^3 = 3^3$

$1^3 + 2^3 + 3^3 = 6^2$

..........................

......................

$1^3 + 2^3 + ............ + 6^3 = ......................$

208. ഒരു പ്രൈമറി സ്കൂളിലെ കുട്ടികളെ അസംബ്ളിക്ക് നിർത്തണം. വരിയുടെയും നിരയുടെയും എണ്ണം തുല്യമാകത്തക്കരീതിയിൽ നിർത്തുമ്പോൾ ഒമ്പത് കുട്ടികൾ ബാക്കി വരുന്നു. പത്ത് കുട്ടികൾ കൂടി ഉണ്ടെങ്കിൽ ഇത്തരം ഒരു വരി കൂടി കൂട്ടാം. അതായത് വരിയിലെയും നിരയിലെയും കുട്ടികളുടെ എണ്ണം തുല്യമാകത്തക്ക രീതിയിൽ നിർത്താം. എങ്കിൽ സ്കൂളിലെ കുട്ടികളുടെ എണ്ണം എത്ര ?

209. ഏത് രാജാവിന്റെ ഭരണകാലത്താണ് *ലീലാവതി* എന്ന ഗണിതഗ്രന്ഥം പേർഷ്യൻ ഭാഷയിലേക്ക് തർജമ ചെയ്തത്?

210.  ഇത്തരം വക്രങ്ങളുടെ പേര് എന്ത്?

211. ഒരു പോസിറ്റീവ് സംഖ്യയുടെയും അതിന്റെ വ്യുൽക്രമത്തിന്റെയും ഏറ്റവും കുറഞ്ഞ തുക എന്ത്?

212. $X/0.1 - 1/0.01 = 0$ ആയാൽ X ന്റെ വില എന്ത്?

213. ഒരു സംഖ്യയുടെയും അതിന്റെ വ്യുൽക്രമത്തിന്റെയും തുക 10/3 ആയാൽ അവയുടെ വർഗങ്ങളുടെ തുക എന്ത്?

214. $X^{10} - X^9 = X^9$ ആയാൽ X ന്റെ വില പറയുക?

215. മൂന്ന് വ്യത്യാസമുള്ള രണ്ട് സംഖ്യകളുണ്ട്. അവയുടെ വർഗങ്ങളുടെ വ്യത്യാസം 57. സംഖ്യകൾ ഏവ?

216. മുയലുകൾ പെറ്റുപെരുകുന്ന സാങ്കൽപിക സംഭവത്തെ അടിസ്ഥാനമാക്കി രൂപീകരിച്ചിട്ടുള്ള ഒരു സംഖ്യാശ്രേണിയുടെ പേരെന്ത്?

217. എല്ലാ ഇരട്ടസംഖ്യകളെയും രണ്ട് അഭാജ്യസംഖ്യകളുടെ തുകയായി എഴുതാമെന്ന് കണ്ടുപിടിച്ച ഗണിതശസ്ത്രജ്ഞൻ ആര്?

218. രണ്ട് കുട്ടികളിൽ ഒരാൾ കാറിലും മറ്റേയാൾ ഓട്ടോറിക്ഷയിലും സ്കൂളിൽ പോകുന്നു. കാറിൽ പോകുന്ന കുട്ടി 20 മിനിറ്റുകൊണ്ട് സ്കൂളിലെത്തും. ഓട്ടോറിക്ഷയിൽ പോകുന്ന കുട്ടി 30 മിനിറ്റുകൊണ്ട് സ്കൂളിലെത്തും. കാറിൽ പോകുന്ന കുട്ടി 5 മിനിറ്റ് കഴിഞ്ഞാണ് യാത്ര പുറപ്പെടുന്നതെങ്കിൽ എത്ര

മിനിറ്റ് കഴിഞ്ഞാൽ അവർ ഒപ്പമെത്തും?

219. ഒരു മീറ്റർ പൊക്കമുള്ള ഒരു പോസ്റ്റിന്റെ നിഴലിന് 1.5 മീറ്റർ നീളമുള്ളപ്പോൾ 12 മീറ്റർ നിഴലിന്റെ നീളമുള്ള കെട്ടിടത്തിന്റെ പൊക്കമെന്ത്?

220. ഒരു അടി എന്നത് ഏകദേശം എത്ര സെ മീറ്ററാണ് ?

221. അഭിഷേകിന്റെ ഒരു മാസത്തെ ശമ്പളം 3000 രൂപയും അഭിലാഷിന്റേത് 5000 രൂപയുമാണ്. അഭിലാഷിന് അഭിഷേകിനേക്കാൾ എത്ര ശതമാനം കൂടുതൽ ശമ്പളമുണ്ട് ?

222. ഒരു സമഭുജ സാമാന്തരികത്തിന്റെ ഒരു വശത്തിന്റെ നീളം 20 ഉം ഒരു കോണിന്റെ അളവ് $60^0$ യും ആയാൽ അതിന്റെ വിസ്തീർണം എന്ത്?

223. 1 മീറ്റർ വശമുള്ള കട്ടിയായ ഒരു ക്യൂബ് മുറിച്ച് 1 സെ മീ വശമുള്ള ചെറിയ ക്യൂബുകളുണ്ടാക്കുന്നു. ഇവ ഒന്നിനു മുകളിൽ മറ്റൊന്നായി വെച്ചാൽ കിട്ടുന്ന സ്തംഭത്തിന് എന്തു യരം കാണും?

224. 3/5 = 14, 4/5 = 21, 5/7= 32 ആയാൽ 7/8 എത്ര?

225. PEN = 3, BOOK = 4, PAPER = 5 ആയാൽ POEM എത്ര ആയിരിക്കും?

226. 25/1000 ന്റെ ദശാംശരൂപം എന്താണ്?

227. അടുത്ത സംഖ്യ ഏത്?

1, 3, 6, 8, 11, 13 .......

228. ഇപ്പോൾ ജോസഫിന് 16 വയസും തോമസിന് 12 വയസുമുണ്ട്. എട്ട് വർഷം കഴിഞ്ഞാൽ അവരുടെ വയസിന്റെ അംശബന്ധം എന്തായിരിക്കും?

229. ഒരു മണിക്കൂറിൽ 72 കിലോമീറ്റർ വേഗതയിൽ ഓടുന്ന തീവണ്ടി ഒരു സെക്കന്റിൽ എത്ര മീറ്റർ ഓടും?

230. ഒരു ചതുരത്തിന്റെ ചുറ്റളവ് 200 മീറ്റർ. വീതി 40 മീറ്റർ. ചതുരത്തിന്റെ വിസ്തീർണം എന്ത്?

231. (1/2) + (2/3) + (3/4) എത്ര?

232. താഴെ കൊടുത്തിരിക്കുന്ന സംഖ്യകളിൽ വ്യത്യസ്തമായത് ഏത്?

3, 5, 7, 9, 11, 13.

233. 100 : 500 :: C : ?

234. താഴെ കൊടുത്തിരിക്കുന്ന സംഖ്യാശ്രേണിയിൽ അവസാനത്തെ സംഖ്യ ഏത്?

44, 22, 36, 18, 22, 11, 14, ?

235. $[\{(1/2)^{-1}\}^{-2}]^{-3}$ ന്റെ ലഘൂകരിച്ച വില എന്ത്?

236. രണ്ട് സംഖ്യകളുടെ തുക 25 ഉം അവ തമ്മിലുള്ള വ്യത്യാസം 5 ഉം ആയാൽ സംഖ്യകളുടെ ഗുണനഫലം എന്തായിരിക്കും?

237. ഒരു സാധാരണ വർഷത്തിന്റെ ജനുവരി 1–ാം തീയ്യതി ശനിയാഴ്ച ആയാൽ ആ വർഷത്തിൽ എത്ര ശനിയാഴ്ചകൾ ഉണ്ട്?

238. ഒരു ബൃഹത് ത്രികോണത്തിന്റെ രണ്ട് വശങ്ങളുടെ നീളങ്ങൾ 3 യൂനിറ്റും 5 യൂനിറ്റും ആയാൽ മൂന്നാമത്തെ വശത്തിന്റെ നീളം ആയ ഏറ്റവും ചെറിയ പൂർണ സംഖ്യ ഏത്?

239. കൃത്യം 4.10 ന് ഒരു ക്ലോക്കിന്റെ മിനിറ്റ് സൂചിയുടെയും മണിക്കൂർ സൂചിയുടെയും ഇടയ്ക്കുള്ള കോണിന്റെ അളവ് എത്ര ഡിഗ്രി ആയിരിക്കും?

240. / x – 2 / < 8 ആയാൽ x ന്റെ ഏറ്റവും വലിയ പൂർണ സംഖ്യാവില എത്ര?

241. ഒരു ഗണത്തിന്റെ ഉപഗണങ്ങളുടെ എണ്ണം ഒരു അഭാജ്യ സംഖ്യ ആയാൽ ആ ഗണത്തിൽ എത്ര അംഗങ്ങളുണ്ട്?

242. ഒരു സംഖ്യയുടെ വർഗം 10201 ആയാൽ അതിന്റെ ഇരട്ടിയുടെ വർഗം എത്ര?

243. ഒരു ക്ലോക്കിന് 3 മണി അടിക്കാൻ 5 സെക്കന്റ് വേണമെങ്കിൽ 6 മണി അടിക്കാൻ എത്ര സമയം വേണം?

244. {10, 12, 14, 16} എന്ന ഗണത്തിലെ രണ്ട് വ്യത്യസ്ത സംഖ്യകൾ വീതം കൂട്ടി എത്ര സംഖ്യകൾ ഉണ്ടാക്കാം?

245. ഒരു ത്രികോണത്തിന്റെ രണ്ട് ഉന്നതികൾ ത്രികോണത്തിന്റെ ഒരു ശീർഷത്തിൽ ഖണ്ഡിച്ചാൽ ആ ത്രികോണത്തിലെ ഏറ്റവും വലിയ കോണിന്റെ അളവ് എത്ര?

246. 9 സംഖ്യകളുടെ ശരാശരി 43. അവയോട് ഏത് സംഖ്യ കൂടിയാൽ ശരാശരി 45 ആകും?

247. ഭൂമിയുടെ 5/6 ഭാഗം വെള്ളവും ശേഷിച്ചതിന്റെ 3/5 ഭാഗം ജനവാസയോഗ്യമല്ലാത്തതും ബാക്കിയുള്ള സ്ഥലം ജനങ്ങൾ താമസിക്കുന്നതും ആയാൽ ആകെയുള്ളതിന്റെ എത്ര ഭാഗമാണ് ജനവാസയോഗ്യം?

248. തുടർച്ചയായ രണ്ട് സംഖ്യകളുടെ വർഗങ്ങളുടെ വ്യത്യാസം 21 ആയാൽ സംഖ്യകൾ ഏതെല്ലാം?

249. 50 ൽ നിന്ന് ഏറ്റവും ചെറിയ ഏത് സംഖ്യ കുറയ്ക്കുകയോ കൂട്ടുകയോ ചെയ്താൽ പത്ത് ഘടകങ്ങളുള്ള ഒരു സംഖ്യ കിട്ടും?

250. $4x^3 - 9x^2 + 11x - 5$ നെ $4x - 3$ കൊണ്ട് ഗുണിച്ചാൽ ഗുണനഫലത്തിലെ ഗുണോത്തരങ്ങളുടെ തുക എന്ത്?

251. തുല്യവലിപ്പമുള്ള രണ്ട് ക്യൂബുകളിൽ ഒന്നിന്റെ ഉപരിതല വിസ്തീർണം X അവ ഒന്നിനു മുകളിൽ മറ്റൊന്നായി ചേർത്ത് വെച്ച് ഒരു സമചതുര സ്തംഭം നിർമിക്കുന്നു. സമചതുര സ്തംഭത്തിന്റെ ഉപരിതല വിസ്തീർണം എന്ത്?

252. 1729 നെ പൂർണമായി ഹരിക്കാവുന്ന ഏറ്റവും ചെറിയ അഭാജ്യ സംഖ്യ ഏത്?

253. 30 – 3X ഒരു മട്ടത്രികോണത്തിന്റെ ന്യൂനകോണിന്റെ അളവ് ആയാൽ X ന്റെ ഏറ്റവും ചെറിയ പൂർണസംഖ്യാവില എത്ര?

254. ഒരു രേഖയിൽ അല്ലാത്ത 3 വ്യത്യസ്ത ബിന്ദുക്കൾ നിർണയിക്കുന്ന തലങ്ങളുടെ എണ്ണം എത്ര?

255. രണ്ട് സദൃശ ത്രികോണങ്ങളുടെ ഒരു ജോടി സമാനവശ

ങ്ങളുടെ അളവുകൾ 18 സെ മി ഉം 24 സെ മി ഉം ആയാൽ അവയുടെ ചുറ്റളവുകൾ ഏത് അംശബന്ധത്തിലായിരിക്കും?

256. ഒരു ബാങ്കിൽ നിക്ഷേപിച്ച തുക 5 വർഷങ്ങൾകൊണ്ട് രണ്ട് മടങ്ങാകും. എങ്കിൽ 15 വർഷങ്ങൾ കൊണ്ട് എത്ര മട ങ്ങാകും?

257. 1/2 + 1/4 + 1/8 + 1/16 + 1/32 + 1/64 ന്റെ വില എന്ത്?

258. വേദഗണിതം എന്ന പുസ്തകത്തിന്റെ രചയിതാവ് ആര്?

259. ഒരു ഗോളത്തിന്റെ ആരം ഇരട്ടിച്ചാൽ വ്യാപ്തത്തിലുണ്ടാ കുന്ന വർധനവ് എത്ര ശതമാനം ആയിരിക്കും?

260. 360 ന്റെ 33 1/3% ന്റെ പകുതി എത്ര?

261. 5ൽ നിന്ന് ഏത് സംഖ്യ കുറച്ചാൽ 10 കിട്ടും?

262. 3000000007 നെ 9 കൊണ്ടു ഹരിച്ചാലുള്ള ശിഷ്ടം എത്ര?

263. $(2^2)^3$ ന്റെ എത്ര മടങ്ങാണ് $(2)^{2^3}$?

264. $3^{15}$ നെ സാധാരണ രൂപത്തിൽ എഴുതിയാൽ ഒന്നിന്റെ സ്ഥാനത്തെ അക്കം ഏത്?

265. ഒരു സംഖ്യയുടെ പകുതിയുടെ പകുതി 5 ആയാൽ ആ സംഖ്യയുടെ 50% എത്ര?

266. ഒരു രേഖയിലെ രണ്ടു ബിന്ദുക്കൾ സൂചിപ്പിക്കുന്ന സംഖ്യ കൾ $x$, $y$ എന്നിവയാണ്. ഇവ തമ്മിലുള്ള അകലം $x - y$ ആയാൽ അവയിൽ വലത്തെ ബിന്ദു സൂചിപ്പിക്കുന്ന സംഖ്യ ഏത്?

267. കൃത്യം 9 മണിക്ക് ഒരു ക്ലോക്കിന്റെ മിനിറ്റ് സൂചിയും മണി ക്കൂർ സൂചിയും നിർണയിക്കുന്ന കോൺ $90^0$ ആണ്. ഒരു മിനിറ്റ് കഴിയുമ്പോൾ അവ നിർണയിക്കുന്ന കോണിന്റെ അളവ് എത്ര?

268. ഒരു ഗണത്തിന് 64 ഉപഗണങ്ങളുണ്ടെങ്കിൽ ആ ഗണത്തിൽ എത്ര അംഗങ്ങളുണ്ട്?

269. ഒരു കട്ടിയായ സിലിണ്ടറിന്റെ ആരം ഇരട്ടിച്ചാൽ പാർശ്വ തലവിസ്തീർണം എത്ര ശതമാനം വർധിക്കും?

270. ഒരു ലിറ്റർ വെള്ളം കൊള്ളുന്ന ക്യൂബിന്റെ പൊക്കം 10 സെ.മീ എങ്കിൽ 2 ലിറ്റർ വെള്ളം കൊള്ളുന്ന ക്യൂബിന്റെ പൊക്കം എത്ര?

271. ഒരു സമചതുരം അതിന്റെ ഒരു വശത്തിന്റെ മധ്യബിന്ദുവിലൂടെ മടക്കി രണ്ട് തുല്യചതുരങ്ങളാക്കുന്നു. അവയിൽ ഒന്നിന്റെ ചുറ്റളവ് 15 സെ മീ എങ്കിൽ സമചതുരത്തിന്റെ ചുറ്റളവ് എത്ര?

272. താഴെ കൊടുത്തിരിക്കുന്നവയിൽ വേറിട്ടു നിൽക്കുന്ന സംഖ്യ ഏത്?

190, 247, 209, 187

273. അടുത്തടുത്ത മൂന്ന് സംഖ്യകളുടെ തുക 300 ആയാൽ വലിയ സംഖ്യ ഏത്?

274. ഒരു മീറ്റർ സമചതുരം 1 സെ മീ സമചതുരങ്ങളായി വെട്ടിയെടുക്കുന്നു. അവ ഒന്നിനോട് ഒന്ന് ചേർത്തു വെച്ച് ഒരു ചതുരം ഉണ്ടാക്കിയാൽ ആ ചതുരത്തിന്റെ നീളം എത്ര?

275. ഒരാൾ കോഴിക്കോടുനിന്ന് മുംബൈ വഴി വിമാനത്തിൽ കൊൽക്കത്തക്ക് സഞ്ചരിക്കുന്നു. മറ്റൊരാൾ കോഴിക്കോടു നിന്ന് നേരിട്ട് വിമാനദൂരമാണ് കുറവ് എന്ന് പ്രസ്താവിക്കുന്നതിനുള്ള ഗണിത തത്വം ഏത്?

276. ഒരാൾ A ൽ നിന്ന് പുറപ്പെട്ട് 30 കി മീ വേഗതയിൽ സഞ്ചരിക്കുന്നു. മറ്റൊരാൾ 40 കി മീ വേഗതയുള്ള കാറിൽ B ൽ നിന്ന് പുറപ്പെട്ട് അയാളെ പിന്തുടരുന്നു. 5 മണിക്കൂറിന് ശേഷം അവർ കണ്ടുമുട്ടിയാൽ A ൽനിന്ന് Bലേക്കുള്ള ദൂരമെത്ര?

277. ഒരു കുട്ടി ഒരു മൂന്നക്കസംഖ്യയുടെ വർഗമൂലം കണ്ടുപിടിക്കുമ്പോൾ ഒന്നിന്റെയും പത്തിന്റെയും സ്ഥാനത്തെ അക്കങ്ങൾ പരസ്പരം മാറിപ്പോയി. കുട്ടിക്ക് കിട്ടിയ ഉത്തരം യഥാർഥവർഗമൂലത്തേക്കാൾ 1 കുറവായിരുന്നു എങ്കിൽ യഥാർഥ വർഗമൂലം എത്ര?

278. ഒരു മട്ടത്രികോണത്തിന്റെ മൂന്നുവശങ്ങളിലും അർധവൃത്ത

ങ്ങൾ നിർമിച്ചിട്ടുണ്ട്. മട്ടകോൺ ഉൾപ്പെടുന്ന വശങ്ങളിലെ അർധവൃത്തങ്ങളുടെ വിസ്തീർണം 18π, 32π എന്നിവയായാൽ കർണത്തിലുള്ള അർധവൃത്തത്തിന്റെ വിസ്തീർണം എത്ര?

279. $\log x = 1$ $\log y = 2$ എങ്കിൽ x ന്റെ എത്ര മടങ്ങാണ് y?

280. ചുറ്റളവ് തുല്യമായ ചതുരത്തിനാണോ സമചതുരത്തിനാണോ വിസ്തീർണം കൂടുതൽ?

281. ഒരു ഏക്കർ 4047 ച.മീറ്ററാണ് എങ്കിൽ 1 സെന്റ് എത്ര ച. മീറ്ററായിരിക്കും?

282. 4 ന്റെ എത്ര ശതമാനമാണ് 3?

283. 51 കുട്ടികളുള്ള ഒരു ക്ലാസിൽ X എന്ന കുട്ടിയുടെ റാങ്ക് 21 ആണ്. അവസാനത്തെ കുട്ടിയിൽ നിന്നാണ് റാങ്ക് കണക്കാക്കിയതെങ്കിൽ X ന്റെ റാങ്ക് ഏത് ആയിരിക്കും?

284. $(2/5)^{-1}$ ന്റെ രണ്ട് മടങ്ങ് എത്ര?

285. x, y എന്നിവ തുടർച്ചയായ എണ്ണൽ സംഖ്യകളാണ് $x > y$. എങ്കിൽ $(x^3 - y^3) \div x^2 + y^2 + xy$ ന്റെ വില ഏത്?

286. $10^{30} - (10^3)^0$ ന്റെ ലഘൂകരിച്ച വില എന്ത്?

287. (9.5 – 9.4) (19.7 – 19.5) (29.5 – 29.2) ന്റെ ഗുണനഫലം ഏത്?

288. താഴെ തന്നിട്ടുള്ളവയിൽ ഏതിന്റെ അളവ് കണ്ടുപിടിക്കുന്നതിനാണ് മെട്രിക്ക് അല്ലാത്ത അളവ് ഉപയോഗിക്കുന്നത്?

നീളം; ഭാരം; വിസ്തീർണം; വ്യാപ്തം; കോൺ

289. ഞാൻ വീട്ടിൽ നിന്ന് പുറപ്പെട്ട് 15 മീറ്റർ വടക്കോട്ടുപോയി. അതിനുശേഷം പടിഞ്ഞാറോട്ട് തിരിഞ്ഞ് 10 മീറ്റർ നടന്നു. വീണ്ടും തെക്കോട്ട് തിരിഞ്ഞ് 5 മീറ്റർ നടന്നു. അതിനുശേഷം കിഴക്കോട്ട് തിരിഞ്ഞു 10 മീറ്റർ നടന്നു. ഇപ്പോൾ ഞാൻ വീടിന്റെ ഏത് ഭാഗത്താണ് ഉള്ളത്?

290. താഴെ തന്നിട്ടുള്ളവയിൽ ഏത് സംഖ്യയുടെ (ആ സംഖ്യ

ഒഴികെയുള്ള) ഘടകങ്ങളുടെ തുകയാണ് സംഖ്യക്ക് തുല്യ മായത്?

12, 24, 28, 32, 36, 40

291. 11 ന്റെ ഗുണിതമായ ഒരു സംഖ്യ ഉണ്ട്. അതിൽ p, q എന്നീ രണ്ട് അക്കങ്ങൾ മാത്രമെ ഉപയോഗിച്ചിട്ടുള്ളൂ. സംഖ്യയിലെ അക്കങ്ങളുടെ ക്രമം qqppp എന്നിങ്ങനെയാണ്. എങ്കിൽ p ഏതക്കത്തെ സൂചിപ്പിക്കും?

292. ഒരു ഉദ്യോഗസ്ഥന്റെ ശമ്പളം ഓരോ വർഷവും 20% വീതം വർധിക്കുന്നു. ഇപ്പോഴത്തെ ശമ്പളം 25920 രൂപയെങ്കിൽ രണ്ട് വർഷം മുമ്പുള്ള ശമ്പളം താഴെ തന്നിട്ടുള്ളവയിൽ ഏത് ആയിരിക്കും?

18000, 18800, 19000, 19980

293. ഒരു പരീക്ഷയിൽ ഓരോ ശരിയുത്തരത്തിനും 4 മാർക്കു വീതവും തെറ്റായ ഉത്തരത്തിന് 1 മാർക്ക് കുറക്കുകയും ചെയ്യുന്നു. ഒരു കുട്ടി 100 ചോദ്യങ്ങൾക്കുത്തരം എഴുതി 300 മാർക്കു നേടി. എങ്കിൽ എത്ര ചോദ്യങ്ങൾക്കാണ് ശരിയായ ഉത്തരം എഴുതിയത്?

294. m, n എന്നിവ എണ്ണൽ സംഖ്യകൾ ആയാൽ താഴെതന്നിട്ടു ള്ളവയിൽ ഒരിക്കലും ശരിയാകാൻ സാധ്യത ഇല്ലാത്ത പ്രസ് താവന

$m^2 = 9n^2$; $m^2 = 4n^2$; $m^2 = n^2$; $m^2 = 1/2n^2$; $m^2 = 1/4n^2$

295. ഒരു ക്യൂബിന്റെ ഉന്നതിയെ സൂചിപ്പിക്കുന്ന സംഖ്യ എണ്ണൽ സംഖ്യയാണ്. അതിന്റെ ആകെ വക്കുകളുടെ നീളം ആകാ വുന്നത് ഏത്?

342; 244; 328; 260; 468; 500

296. ഒരു സമചതുരത്തിന്റെ വശം വ്യാസമായും അതിന്റെ വികർണം വ്യാസമായും രണ്ട് അർധ വൃത്തങ്ങളുണ്ട്. അവ യുടെ വിസ്തീർണങ്ങൾ ഏതംശബന്ധത്തിലായിരിക്കും?

297. ഒരു ത്രികോണത്തിന്റെ രണ്ട് ഉന്നതികൾ അതിന്റെ ബഹിർഭാഗത്ത് ഖണ്ഡിക്കുന്നു. ആ ത്രികോണത്തിലെ രണ്ട് ന്യൂന കോണുകളുടെ അളവുകൾ $x, y$ ആയാൽ $x + y$ ന്റെ ഏറ്റവും കൂടിയ പൂർണസംഖ്യാവില എത്ര?

298. എനിക്ക് കുറെ സ്നേഹിതന്മാരുണ്ട്. അവർക്കെല്ലാം ടെലിഫോണും ഉണ്ട്. എല്ലാവരുടെ നമ്പരും 20 ൽ തുടങ്ങി 1 ൽ അവസാനിക്കുന്ന അഞ്ചക്ക സംഖ്യകളാണ്. ഓരോ നമ്പരിലും 10ന്റെ സ്ഥാനത്തെ അക്കത്തിൽ നിന്ന് ഒന്നിന്റെ സ്ഥാനത്തെ അക്കം കുറച്ചാലും 100 ന്റെ സ്ഥാനത്തെ അക്കത്തിൽ നിന്ന് 10 ന്റെ സ്ഥാനത്തെ അക്കം കുറച്ചാലും ഒരേ ഉത്തരം കിട്ടും. എനിക്ക് പരമാവധി എത്ര സ്നേഹിതന്മാരുണ്ടായിരിക്കും?

299. ഒരു ഭിന്നസംഖ്യയുടെ അംശവും ഛേദവും തമ്മിലുള്ള വ്യത്യാസം 5. അംശത്തോട് 1 കൂട്ടിയാൽ ഭിന്നസംഖ്യ 1/2 ആകും. ഭിന്നസംഖ്യ ഏത്?

300. മൂന്ന് സെന്റീമീറ്റർ വ്യാസമുള്ള ഒരു ബാളും, രണ്ട് സെന്റീമീറ്റർ വ്യാസമുള്ള മൂന്ന് ബാളുകളുമുണ്ട്. ഏതിനായിരിക്കും കൂടുതൽ വ്യാപ്തമുള്ളത്?

# ഉത്തരങ്ങൾ

1. സമഭുജത്രികോണം
2. $2^{99}$. അതായത്, കൃതിയിൽ നിന്ന് 1 കുറയ്ക്കണം. ഉദാഹരണമായി, $2^{6}$ എന്നാൽ 2 നെ 6 പ്രാവശ്യം ഗുണിച്ച ഫലമാണ്. അപ്പോൾ പകുതി കാണാൻ കൃതിയിൽ 1 കുറച്ചാൽ മതി.
3. 2 വീതം ശിഷ്ടം 2 പ്രാവശ്യമാകുമ്പോൾ 4 ആകും. 4 നെ 3 കൊണ്ട് ഹരിക്കുമ്പോൾ ശിഷ്ടം = 1
4. 1 കിലോമീറ്റർ എന്നാൽ 1000 മീറ്റർ ആണ്. അപ്പോൾ 120 മീറ്റർ എന്നത് 120 (100)/1000 % = 12 %
5. 1
6. 75 കി മീ.
7. 10 മണി.
8. പതിമൂന്നര സെക്കന്റ്
9. 27 : 64
10. സംഖ്യ 2, വ്യുൽക്രമം 1/2<br>വർഗങ്ങളുടെ തുക = 17/4
11. 5 : 4
12. വൃത്തം.
13. ക്യൂബ് ആകൃതിയിലുള്ള പാത്രം നിർമിക്കണം. ഒരു ച. മീറ്റർ

വിസ്തീർണമുള്ള 5 തകിടുകൾ മുറിച്ചെടുത്ത് പാത്രം നിർമിക്കാം. വെള്ളത്തിന്റെ അളവ് 1000 ലിറ്റർ.

14. സമഭുജസാമാന്തരികത്തിന്റെ ഒരു കോണളവ് 60 ഡിഗ്രി ആയതിനാൽ വശത്തിന്റെ അളവ് 10 വീതമായിരിക്കും. വികർണത്തിന്റെ ഒരു നീളവും 10 സെമീ ആയിരിക്കും.

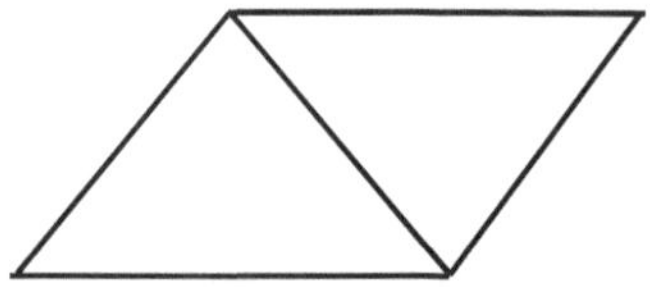

15. ത്രികോണത്തിന്റെ മധ്യബിന്ദുക്കൾ നിർണയിക്കുന്ന രേഖ മൂന്നാമത്തെ വശത്തിന് സമാന്തരവും പകുതിയുമായിരിക്കും. അപ്പോൾ 4 സർവസമത്രികോണങ്ങൾ ഉണ്ടാവും. അംശബന്ധം 4 : 1

16. $0^0$

17. n വശങ്ങളുള്ള ഒരു ബഹുഭുജത്തിലെ കോണുകളുടെ അളവുകളുടെ തുക 2n - 4 മട്ടങ്ങളായിരിക്കും. ഷഡ്ഭുജത്തിന് 8 മട്ടങ്ങൾ. 2 മട്ടങ്ങൾ കഴിച്ചാൽ 6 മട്ടങ്ങൾ = 6 (90) = 540 ഡിഗ്രി. മറ്റ് 4 കോണുകൾ തുല്യമായതിനാൽ ഒരു കോണിന്റെ അളവ് = 540 / 4 = 135 ഡിഗ്രി.

18. $x^6 - y^6$

19. ബഹുഭുജത്തിന്റെ ബാഹ്യകോണിന്റെ ആകെ അളവുകളുടെ തുക 4 മട്ടങ്ങൾ അഥവാ 360 ഡിഗ്രി ആയിരിക്കും. സമബഹുഭുജമാകുമ്പോൾ 360 ന്റെ ഘടകമാകണം. ഘടകമല്ലാത്തത് 140

20. 24

21. 2

22. സമപാർശ്വത്രികോണം

23. xyz ന്റെ വർഗമൂലം (ചതുരപ്പെട്ടിയുടെ വശങ്ങളുടെ നീളങ്ങൾ l , b, h എന്നിവ ആയി എടുത്താൽ lb = x , bh = y, lh = x ആയി പരിഗണിക്കാം. ഇവയുടെ ഗുണനഫലം (lb) (bh) (lh)) = $(lbh)^2$ = xyz .അപ്പോൾ വ്യാപ്തം ഇതിന്റെ വർഗമൂലമായിരിക്കും.

24. 4 : പൈ

*ചാൾസ് ബാബേജ്*

25. സായ് ജയ്സിംഹ്
26. 17, 2
27. ചാൾസ് ബാബേജ്.
28. 7
29. 2047
30. 230
31. ഇത് $(a+b)^2 = a^2 + 2ab + b^2$ എന്ന രൂപത്തിലാണുള്ളത്. $(8.1 + .4)^2$ കണ്ടാൽ മതി. അതായത് $8.5^2 = 72.25$
32. അഞ്ചര ഡിഗ്രി
33. 1024
34. 352

    ഒരു ചതുരസ്തംഭത്തിന് 8 വക്കുകൾ ഉണ്ടായിരിക്കും. ഇവ എല്ലാം പൂർണസംഖ്യകളാവണമെങ്കിൽ ചുറ്റളവിനെ 8 കൊണ്ട് നിശ്ശേഷം ഹരിക്കാൻ സാധിക്കണം. തന്നിട്ടുള്ള ഉത്തരങ്ങളിൽ 352നെ മാത്രമേ എട്ടുകൊണ്ട് നിശ്ശേഷം ഹരിക്കാൻ സാധിക്കുകയുള്ളൂ.
35. 625
36. $10 - x > 8 - x$
37. 4
38. $9 + \sqrt{2}$
39. 79
40. 4
41. 4 (പൂജ്യം ഒഴികെയുള്ള ഏതു സംഖ്യയുടെയും കൃതി പൂജ്യമായാൽ വില ഒന്നായിരിക്കും)
42. 44
43. 4
44. $55^0$
45. 182.5

    സംഖ്യകളുടെ തുക = 18.25

വ്യത്യാസം = 10
സംഖ്യകൾ = 14.125 , 4.125

വർഗങ്ങളുടെ വ്യത്യാസം കാണണം

$(a^2 - b^2) = (a+b)(a - b)$ എന്ന സർവസമവാക്യം ഉപയോഗിക്കാം

46. 0.15
47. 24
48. 100080016
49. 56.28
50. A ഒരു രൂപ കൂടുതൽ
51. 2 കി. മീറ്റർ
52. 20 ഡിഗ്രി
53. -7
54. 1
55. 5

    $P(0) = 1$ ആയതിനാൽ $b = 1$
    $P(1) = 0$ ആയതിനാൽ $b = -2$
    $P(2) = 8 - 4 + 1 = 5$
56. 1225

    മധ്യത്തിലുള്ള സംഖ്യയുടെ വർഗമാണ് തുകയായി വരുന്നത്.
57. 76429
58. 1/3
59. 21

    2, 3, 4, 5 എന്നിങ്ങനെ തുടർച്ചയായ സംഖ്യകൾ കൂട്ടിയാണ് സംഖ്യാക്രമം എഴുതിയിട്ടുള്ളത്.
60. 121 ഒന്നിടവിട്ട വരികളിൽ ഒറ്റസംഖ്യകളുടെ വർഗം വരുന്നത് ശ്രദ്ധിക്കുക
61. 1225

    എത്ര പദങ്ങളുണ്ടോ ആ പദങ്ങളുടെ എണ്ണത്തിന്റെ വർഗമായിരിക്കും തുക. 69 വരെ 35 പദങ്ങൾ ഉണ്ടായിരിക്കും.

62. 5, 16, 8

63. 31

64. 13

A യിൽ നിന്ന് പുറപ്പെട്ട് B യിലും C യിലും എത്തുന്നു.
സഞ്ചരിക്കുന്ന ദൂരം 5, 12.
പൈഥഗോറസ് സിദ്ധാന്തം ഉപയോഗിച്ച് AC യുടെ ദൂരം 13

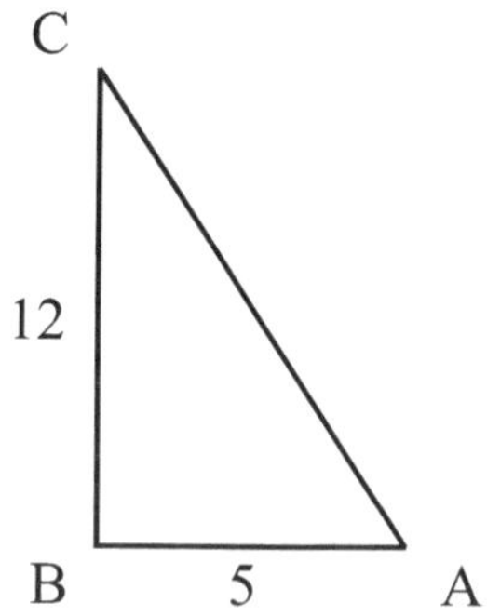


65. 2

66. 1/6, 1/30

67. 10

68. $2^n P$

69. 9/7

(3/7) – (12/7)

70. $(x+y)+(x+z)+(y+z)=5+7+12$

$2(x+y+z)=24$

$x+y+Z=12$

71. 64 ച. മീറ്റർ

$\angle A = 90$ ആയതിനാൽ $\angle DAE = 45^0$ AD = 16 ആയതിനാൽ

EC = 4, AE = 4, BC = 16

വിസ്തീർണം = 4 X 16 = 64

72.

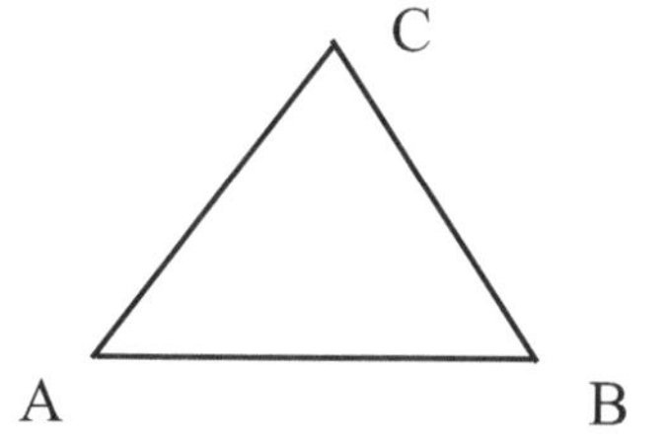


A, B, C എന്നീ കോണുകളുടെ അളവുകൾ 60 ഡിഗ്രി വീതം.

പുറത്തെ കോണളവ് 360 - 60 = 300

ആകെ വിസ്തീർണം = $3 (300 / 360) \pi 4^2$

$= 40 \pi$

73. 3 മണിക്കൂർ 20 മിനിറ്റ്

74. −3

75. യൂക്ലിഡ്

76. ഭാസ്കരാചാര്യർ

77. 80 %

4/5 നെ ശതമാനമാക്കുക.

78. 90

$1/0.01 - 1/0.1 = (0.1 - 0.01)/0.001$

$= .09/0.001 = 90$

79. 1/4

$4^{x-3} = 4$

അതായത് $x - 3 = 1$, $x = 4$, $4^{4-3} = 4^{-1} = 1/4$

80. $x/y$

വിശദീകരണം : 10നെ ഏത്കൊണ്ട് ഹരിച്ചാൽ 5 കിട്ടും എന്ന് ചോദിച്ചാൽ ഉത്തരം 10/5 ആണല്ലോ.

81. 9

82. 5

83. 2

84. 1

85. 7:5

86. $65^0$

87. 2

88. 1 : 2

89. മട്ടത്രികോണം

90. 19

91. 30

92. 4 മീറ്റർ

93. 63 രൂപ

94. ചൊവ്വ

95. 0

96. 2

97. 10

98. 2

99. അനേകം

100. -10

101. 0

102. ശൂന്യഗണം

103. 8

104. 2

105. 8

106. ചിത്രത്തിൽ DE ആണ് ഗോപുരം.
ത്രികോണങ്ങൾ ABC യും ADE യും ശ്രദ്ധിക്കുക
ഇവ സദൃശങ്ങളായിരിക്കും

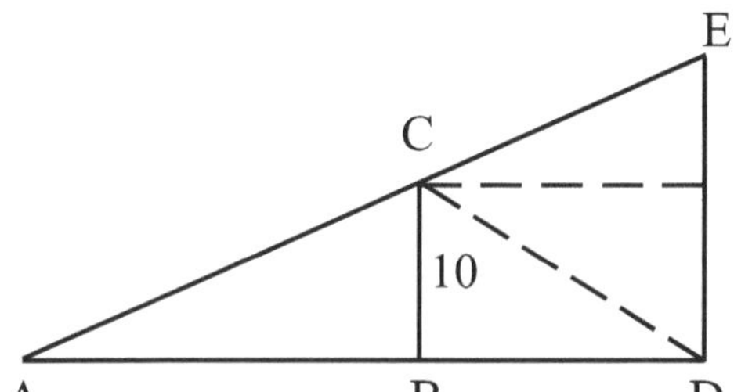


BC യുടെ രണ്ട് മടങ്ങായിരിക്കും DE
അതിനാൽ ഉയരം 20 മീറ്റർ

107. 10%

108. ( r 3/2 ) $x^2$
(r വർഗമൂലത്തെ സൂചിപ്പിക്കുന്നു)

109. 3

110. 360

111. പൈ

112. $(3/4)$ x

113. 1

114. സമചതുരത്തിന്റെ വിസ്തീർണം 2 യൂണിറ്റ് ആയിരിക്കണം. വശം = 2 ന്റെ വർഗമൂലം $\sqrt{2}$ എന്നും എഴുതാം.

115. 32

116. 2

117. 1/xy

118. $x^2/4$

119. രണ്ട് സംഖ്യകളുടെ ശരാശരി = 4
തുക = 4 (2) = 8
മൂന്ന് സംഖ്യകളുടെ തുക = 21
മൂന്നാമത്തെ സംഖ്യ = 21 - 8 = 13

120. 5 കി മീ കിഴക്ക്

121. 1

122. 81

123. 2/3

124. 1936

125. 30, 25

126. സമചതുരം

127. 6

128. 80
സമചതുരം വെട്ടിമാറ്റിയാലും ചുറ്റളവിന് മാറ്റം വരില്ല.

129. 100 ച. സെമീ.

130. V

131. 780

132. 4 : 1

133. 8

134. 1999

135. 7 മണി അഞ്ചര മിനിറ്റ്

136. 1 മണിക്കൂർ 20 മിനിറ്റ്

137. 100 മീറ്റർ
138. പൈ
139. സിലിണ്ടറും അതിനുള്ളിൽ കൃത്യമായി കൊള്ളുന്ന ഒരു ഗോളവും.
140. തെറ്റ്
141. 4.14 മീറ്റർ
142. ടോളമി
143. ബ്ളെയ്സ് പാസ്ക്കൽ

144. 5
145 23
146. 8
147. 1024
148. നാലര
149. 66
150. 1

ഒന്നിൽ കുറവായ സംഖ്യയുടെ വർഗം സംഖ്യയേക്കാൾ കുറവായിരിക്കും. ഒന്നിൽ കൂടുതലാകുമ്പോഴാണ് വർഗം സംഖ്യയേക്കാൾ കൂടുതലാവുന്നത്.

151. -1

152. 48

153. 1764

154. ഫിബനാച്ചി

*ഫിബനാച്ചി*

155. 1/2

സംഖ്യ x, y ആയാൽ

വ്യുൽക്രമങ്ങളുടെ തുക $= \frac{1}{x} + \frac{1}{y}$

$= \frac{x+y}{xy}$

156. 3

157. സി.

158. രണ്ട് പേർക്കും തുല്യം. പാദവാർഷികം, അർധവാർഷികം എന്ന് പ്രത്യേകം പറഞ്ഞില്ലെങ്കിൽ കൂട്ടുപലിശ വാർഷികമായാണ് കണക്കാക്കുന്നത്.

159. ത്രികോണം BCM ഒരു മട്ടത്രികോണം

പാദം = 12

കർണം =13

ലംബം = 5

ഇത് ചതുരത്തിന്റെ വീതി ആയിരിക്കും
നീളം = 24
വിസ്തീർണം = നീളം (വീതി) = 24 (5)=120

160. 30

161. 2, 4

162. 0
$x - 2y = 0$ ആയിരിക്കും

163. യൂക്ളിഡ്

164. $24^2 + 1$

165. 48. ഉപഗണങ്ങളുടെ എണ്ണം $2^n$ രൂപത്തിലായിരിക്കും

166. 45
ഒരു മാന്ത്രികചതുരത്തിൽ സംഖ്യകളുടെ എണ്ണം പൂർണവർഗമായിരിക്കും.

167. മട്ടകോൺ

168. 24 ഒരു ത്രികോണത്തിന്റെ ഒരു വശത്തിന്റെ നീളം മറ്റു രണ്ടു വശങ്ങളുടെ തുകയേക്കാൾ കുറവായിരിക്കണം

169. 81. ഇത് $(a+b)^2 = a^2 + 2ab + b^2$ ഉപയോഗിച്ച് ചെയ്യാം

170. 25. ഇത് $5^2$ ആയിരിക്കും.

171. 1 : 1 : 1 : 3 ഈ അംശബന്ധത്തിൽ ഒരു കോണളവ് 180 ഡിഗ്രി ആയിരിക്കും. ഇത് ഒരു കോണളവ് അല്ലല്ലോ.

172. 113

173. 4. അക്കങ്ങളുടെ തുക 9 ആകണം

174. അടുത്തടുത്ത സംഖ്യകൾ $x, x+1$
സമവാക്യം = $(x+1)^2 - (x)^2 = 51$
$x = 25$
വലിയ സംഖ്യ = 26

175. സി. 15, 27

176. ജോലി ചെയ്യാൻ A ക്ക് ആവശ്യമായ സമയം = 3 മണിക്കൂർ
ജോലി ചെയ്യാൻ B ക്ക് ആവശ്യമായ സമയം = 4 മണിക്കൂർ
രണ്ടു പേരും ഒരുമിച്ച് ചെയ്യാൻ ആവശ്യമായ സമയം
= 1 /(1/3 +1/4) = 12/7 മണിക്കൂർ

177. അംശബന്ധം = 4 : 5
A കിട്ടുന്ന ഭാഗം = 4x
B ക്ക് കിട്ടുന്ന ഭാഗം = 5x
വ്യത്യാസം = 5x - 4x = x = 20
B ക്ക് കിട്ടുന്ന തുക = 5x = 100 രൂപ

178. 25

179. 256

180. 3

181. 0.7225

182. 8.43

183. വൃത്തത്തിന്റെ ചുറ്റളവ് 2 (പൈ) (ആരം)
ആരം = 40
ആരം1 യൂണിറ്റ് വർധിച്ചാൽ ചുറ്റളവ് 2(പൈ) യൂണിറ്റ് വർധിക്കും. അതായത് 40+2പൈ = 46.28

184. 18 ഛേദത്തിനേക്കാൾ ഒന്ന് കുറവായിരിക്കും ആവർത്തിക്കുന്ന പരമാവധി അക്കങ്ങളുടെ എണ്ണം

185. ശരിയല്ല
3- (4 - 5) + 9 = 13

186. 1

187. 65 5/11

188. 7

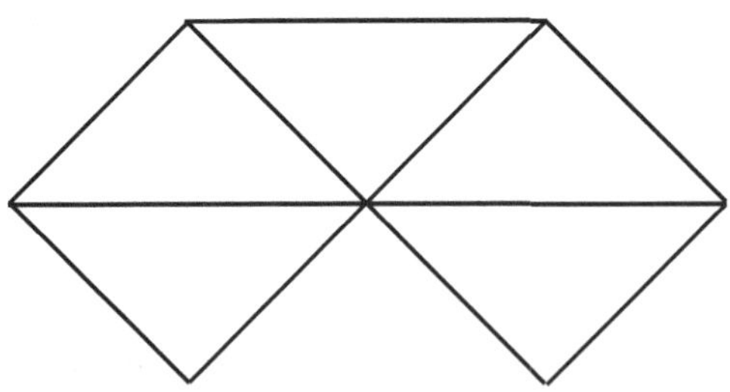

189. 2000. (നൂറ്റാണ്ടുകളെ 400 കൊണ്ട് നിശ്ശേഷം ഹരിക്കാൻ സാധിച്ചാൽ മാത്രമേ അധിവർഷമാവുകയുള്ളൂ.)

190. സംഖ്യകൾ x , y എന്നിരിക്കട്ടെ

തുക = $x + y = 4/5$

വ്യത്യാസം = $x - y = 3/5$

കൂട്ടിയാൽ $2x = 7/5$

$x = 7/10$

$y = 1/10$

വർഗങ്ങളുടെ തുക = $(49/100) + (1/100)$

$= 50 / 100 = 1/ 2$

191. 24 സെ മീ.

ത്രികോണത്തിൽ ഓരോ വൃത്തത്തിന്റെയും ആരം 2 പ്രാവശ്യം കാണാം

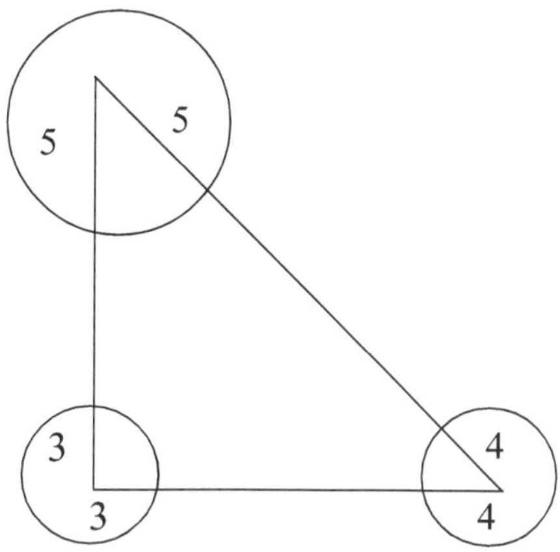


192. 16. ഓരോ അഞ്ച് വർഷവും ഇരട്ടിക്കുന്നു.

193. 0

$(x + y - z)^2 = (z-z)^2 = 0^2$

$= 0$

194. 5. മുഖങ്ങളുടെയും മൂലകളുടെയും എണ്ണം നാല് വീതമായ ഘനരൂപം ത്രികോണസ്തൂപികയാണ്. 4 വീതം. ഒരു മൂല മുറിച്ചുമാറ്റിയാൽ ഒരു മുഖം വർധിക്കും.

195. 62

3 X 4 X 5 + 2 ആയിരിക്കും ഏറ്റവും ചെറിയ സംഖ്യ

196. 2.5

197. ആദ്യത്തെ സിലിണ്ടറിന്റെ പാദചുറ്റളവ് = 16

ആരം = 8 / പൈ

ഉന്നതി = 9

വ്യാപ്തം = (പാദവിസ്തീർണം) (ഉയരം)

= 576 / പൈ

രണ്ടാമത്തെ സിലിണ്ടറിന്റെ പാദചുറ്റളവ് = 9

ഉയരം = 16

വ്യാപ്തം = 324 / പൈ

ആദ്യത്തേതിനാണ് വ്യാപ്തം കൂടുതൽ.

198. ഒരു വശത്ത് 4 ക്യൂബുകൾ ഉണ്ടായിരിക്കും.

വശത്തിന്റെ നീളം = 8

ഉപരിതലവിസ്തീർണം = (6)(8)(8) = 384

199. രേഖാഖണ്ഡം

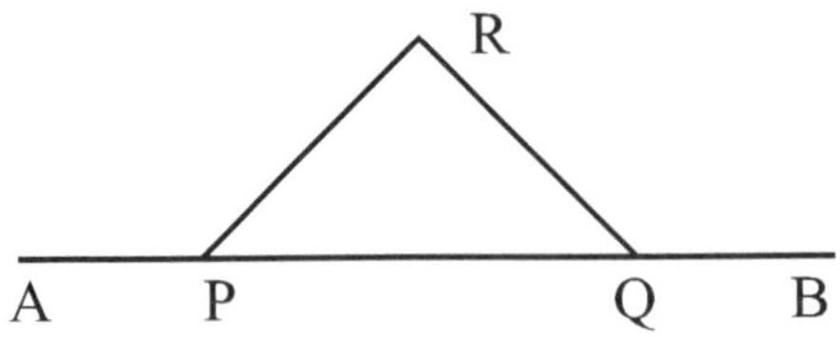


200. വെള്ളം ഓരോ മിനിറ്റിലും ഇരട്ടിയാകുന്നു.

ഒരു മിനിറ്റ് മുമ്പ് പകുതി

അതായത് 39 മിനിറ്റിന്

അതിനും ഒരു മിനിറ്റ് മുമ്പ് നാലിലൊന്ന്

അതായത് 38 മിനിറ്റിന്.

201. ആറിന്റെ എത് പൂർണസംഖ്യയുടെ കൃതിക്കും സംഖ്യ 6 ൽ അവസാനിക്കും. 4 കുറക്കുമ്പോൾ 2 ൽ അവസാനിക്കും 5 കൊണ്ട് ഹരിക്കുമ്പോൾ ശിഷ്ടം = 2

202. ജിൻസിക്ക് ഇപ്പോൾ വയസ് = 16

16 ന്റെ നാലിലൊരു ഭാഗം = 4

റംലയുടെ വയസ് = 16 + 4 = 20

12 വർഷം മുമ്പ് റംലക്ക് ജിൻസിയുടെ ഇരട്ടി വയസുണ്ടാകും.

203. 5, ആകെ ത്രികോണങ്ങൾ 20

204. - 2

205. ആൺകുട്ടികളും പെൺകുട്ടികളും തമ്മിലുള്ള അംശബന്ധം 2 : 1 ആണ്. അപ്പോൾ 1 / 3 ഭാഗമാണ് പെൺകുട്ടികൾ ഈ രീതിയിൽ എടുത്താൽ ഭക്ഷണം കൊണ്ടുവരുന്നവർ 1 / 27 ആകും.

ഇത് 20 ആയതിനാൽ ആകെ കുട്ടികൾ 540

206. 30 ശതമാനത്തിന്റെ 2/3 ഭാഗം 20 ശതമാനമാണ്.
4/5 ന്റെ 20 % = (4/5) (20/100) = 16 %
16 % എന്നത് 32
സംഖ്യ = 200

207. $21^2$, 441

208. 90.
വരിയിലെയും നിരയിലെയും കുട്ടികളുടെ എണ്ണം തുല്യമാകുന്നത് എണ്ണം പൂർണവർഗമാകുമ്പോഴാണ്. 9 കൂടുതൽ 10 കുറവ് എന്നത് 19 നെ സൂചിപ്പിക്കുന്നു. ഒരു പൂർണ വർഗവും അടുത്തപൂർണവർഗവും തമ്മിലുള്ള വ്യത്യാസം 19 ആകുന്നത് 81, 100 എന്നിവ തമ്മിലാണ്. 81 നേക്കാൾ 9 കൂടുതൽ വരുമ്പോൾ എണ്ണം 90 ആയിരിക്കും.

209. അക്ബർ

210. ഡെൽട്ടോയ്ഡ്

211. 2. ഏറ്റവും ചെറിയ സംഖ്യ = 1 ആയി എടുക്കുക. അതിലും ചെറിയ സംഖ്യ എടുത്താൽ വ്യുൽക്രമം ഒന്നിൽ കൂടും.

212. ( x / 0.1) - ( 1/0.01 ) = 0 ആയാൽ
1 /0.1 = 1/0.01
അതായത് x = 10

213. സംഖ്യ = 3, വ്യുൽക്രമം = 1/3
വ്യുൽക്രമങ്ങളുടെ വർഗങ്ങളുടെ തുക = 9 + 1/9
= 82/9

214. 2
($2^{10}$ = 1024, $2^9$ = 512
1024 - 512 = 512 = $2^9$ )

215. 11, 8 അല്ലെങ്കിൽ −11, −8

216. ഫിബ്നാച്ചിശ്രേണി

217. ഗോൾഡ് ബാക്ക്

218. 10 മിനിറ്റ്

219. 8 (ഒന്നര മടങ്ങ് നീളമാണ് നിഴലിന്)

220. 30

221. അഭിലാഷിന് അഭിഷേകിനേക്കാൾ 2000 രൂപ കൂടുതൽ ഇത് 2/3 മടങ്ങാണ്. അതായത് 66.66 %

222. സമഭുജസാമാന്തരികത്തിന്റെ വശം = 20 സെ മീ
ഒരു കോണളവ് $=60^0$
വശം 20 വരുന്ന 2 സമഭുജത്രികോണങ്ങൾ ഉണ്ടാകും
വിസ്തീർണം = 346.4 ച. സെ മീ

223. ക്യൂബിന്റെ ഉപരിതലവിസ്തീർണം = $6a^2$
ഇതിന്റെ 2 മടങ്ങ് $12a^2$
ക്യൂബിന്റെ പാർശ്വമുഖവിസ്തീർണം = $4a^2$
3 ക്യൂബുകൾ

224. $3^2 + 5 = 14$
$4^2 + 5 = 21$
$5^2 + 7 = 32$
ആയതിനാൽ $7^2 + 8 = 57$

225. 4. വാക്കുകളിലെ അക്ഷരങ്ങളുടെ എണ്ണമാണ് കൊടുത്തിട്ടുള്ളത്.

226. 0.025

227. 2, 3 എന്നീ സംഖ്യകൾ ക്രമമായി കൂട്ടിയാണ് സംഖ്യകൾ എഴുതിയിട്ടുള്ളത്. ഇതുപ്രകാരം 13 + 3 = 16

228. 6 : 5

229. ഒരു മണിക്കൂർ എന്നത് 3600 സെക്കന്റ്
72 കി മീ എന്നത് 72000 കി മീ.
ഒരു സെക്കന്റിൽ ഓടുന്ന ദൂരം = 72000 / 3600 = 20 മീ

230. ചുറ്റളവ് = 2 (നീളം + വീതി) = 200
നീളം + വീതി = 100
വീതി = 40
നീളം = 60
വിസ്തീർണം = 60 (40) = 2400 ച മീറ്റർ

231. $(1/2) + (2/3) + (3/4) = (6/12) + (8/12) + (9/12)$
$= (6 + 8 + 9)/12 = 23/12$

232. 9 മറെറല്ലാം അഭാജ്യസംഖ്യകളാണ്.

233. D റോമൻസംഖ്യാസമ്പ്രദായത്തിൽ C നൂറിനേയും D അഞ്ഞൂറിനേയും സൂചിപ്പിക്കുന്നു.

234. 44/2 = 22 , 36/18 = 2 , 22/2 = 11 , 14/7 = 2 ഈ രീതിയിലാണ് ഘടന. ഉത്തരം = 7

235. ഇത് $2^6$ എന്ന് കിട്ടും = 64

236. സംഖ്യകൾ x , y എന്നെടുത്താൽ

$x + y = 25$

$x - y = 5$

$2x = 30$

$x = 15 , y = 10$

ഗുണനഫലം = 150

237. 53

238. 3 ത്രികോണത്തിലെ 2 വശങ്ങളുടെ തുക മൂന്നാമത്തെ വശത്തേക്കാൾ കൂടിയിരിക്കണം.

239. 65 ഡിഗ്രി

5 മിനിറ്റ് വീതമുള്ള 12 ഇടവേളക്ക് 360 ഡിഗ്രി. ഒരു ഇടവേളയ്ക്ക് 30 ഡിഗ്രി. 4ന് നേരെ മണിക്കൂർ സൂചിയും 2 ന് നേരെ മിനിറ്റ് സൂചിയുമാകുമ്പോൾ 60 ഡിഗ്രി. 10 മിനിറ്റ് കൊണ്ട് 5 ഡിഗ്രി കൂടി മണിക്കൂർ സൂചി മുന്നോട്ട് പോകും.

240. 9

241. 1 ഗണത്തിൽ ഒന്നിൽ കൂടുതൽ അംഗങ്ങളായാൽ ഉപഗണങ്ങളുടെ എണ്ണം ഭാജ്യസംഖ്യ ആകും

242. 40804. സംഖ്യ ഇരട്ടിയാകുമ്പോൾ വർഗം 4 മടങ്ങാകും.

243. പന്ത്രണ്ടര സെക്കന്റ്.

ക്ലോക്കിന് 3 മണി അടിക്കാൻ 2 ഇടവേള മതി. അതിന് 5 സെക്കന്റ്. ഒരു ഇടവേളക്ക് രണ്ടര സെക്കന്റ്. 6 അടിക്കാൻ 5 ഇടവേള മതി.

244. 6

245. 90 ഡിഗ്രി.

മട്ടത്രികോണമായിരിക്കും.

246. 63

9 സംഖ്യകളുടെ ശരാശരി = 43

ആകെ = 43 (9) = 387

ഒരു സംഖ്യ കൂട്ടി ശരാശരി 45 ആകണം
ആകെ 450 ആകണം
കൂട്ടേണ്ടത് = 450 − 387 = 63

247. 1/15
കരഭാഗം = 1/6
വാസയോഗ്യം = 1/6 ന്റെ 2/5 = (1/6)(2/5) = 1/15

248. സംഖ്യകൾ 10, 11

249. രണ്ട് കുറച്ചാൽ കിട്ടുന്ന 48
ഇതിന് 1 , 2 , 3 , 4 , 6 , 8 , 12 , 16 , 24 , 48 എന്നീ 10 ഘടകങ്ങൾ ഉണ്ടായിരിക്കും.

250. ഒന്ന്
$4 - 9 + 11 - 5 = 1$
$4 - 3 = 1$
$1 \times 1 = 1$

251. (5/3)x
ഒരു ക്യൂബിന്റെ ഉപരിതലവിസ്തീർണം = $6a^2 = x$
2 ക്യൂബുകൾ ചേർത്ത് വെക്കുമ്പോൾ $10\,a^2$
ഇത് (5/3) x ആയിരിക്കും

252. 13 രാമാനുജൻസംഖ്യയുടെ കഥ ഓർക്കാം.

253. - 19

254. ഒന്ന്

255. 3 : 4 സദൃശമായതിനാൽ വശത്തിന്റെ അംശബന്ധം തന്നെ.

256. എട്ട്. രണ്ടിന്റെ 2 മടങ്ങ് നാലും നാലിന്റെ 2 മടങ്ങ് എട്ടും ആകും.

257. 63/64

258. ശ്രീഭാരതികൃഷ്ണ തീർഥമഹാരാജ.

259. 700 %
വ്യാപ്തം 8 മടങ്ങാകും. 7 മടങ്ങ് വർധനവ്.

260. 60.
360 ന്റെ 331/3 % മൂന്നിലൊന്നാണ് ഇത് 120
ഇതിന്റെ പകുതി 60 ആയിരിക്കും.

261. - 5

262. 1

9 കൊണ്ട് ഹരിക്കപ്പെടുന്ന സംഖ്യയുടെ അക്കത്തുക 9

263. നാല്.

264. 7.

265. 10.

266. X

267. 85 1/2

268. 6

269. 100%

സിലിണ്ടറിന്റെ പാർശ്വതലവിസ്തീർണം = $2 \pi rh$

ആരം ഇരട്ടിച്ചാൽ $2 \pi (2r)h = 4 \pi rh$

ഇരട്ടിയായി വർധിക്കുന്നു.

270. 14.14 സെന്റീമീറ്റർ

271. 20 സെ മീ

272. 187 മറ്റെല്ലാം 19 ന്റെ ഗുണിതങ്ങളാണ്.

273. 101

274. 100 മീറ്റർ

275. ഒരു ത്രികോണത്തിലെ രണ്ട് വശങ്ങളുടെ തുക മൂന്നാമത്തെ വശത്തിന്റെ നീളത്തേക്കാൾ കൂടുതലായിരിക്കും.

276. 50 കി മീ ഓരോ മണിക്കൂറും 10 കി മീ വീതം അടുക്കുന്നു.

277. 14

ഇതിന്റെ വർഗം 196

13ന്റെ വർഗം 169

278. 50 $\pi$ . തുകയായിരിക്കും

279. 10

280. സമചതുരം.

281. 40.47.

282. 75%

283. 31.

284. 5.

285. 1

$x^3 - y^3 = (x - y)(x^2 + xy + y^2)$

ഫലം $x - y = 1$

286. 9

$2^0$ എന്നത് 1 ആയിരിക്കും

287. 0.006.

$(9.5 - 9.4)\ (19.7 - 19.5)\ (20.5 - 20.2)$

$= (0.1\ )\ (0.2)\ (0.3) = .006$

288. കോൺ

289. വടക്ക്.

290. 28.

291. 0.

292. 18000 രൂപ.

രണ്ട് വർഷം മുമ്പുള്ള ശമ്പളം X ആയാൽ

$25920 = X\ (1.20)^2$

$X = 25920\ (10000)/(1440) = 18000$

293. ശരിയായി ചെയ്ത ഉത്തരം X ആയാൽ

$4x - (100 - x) = 300$

$4x - 100 + x = 300$

$x = 80$

294. $m^2 = (1/2\ )n^2$

ഒരു പൂർണവർഗത്തിന്റെ പകുതി ഒരിക്കലും പൂർണവർഗമാകില്ല.

295. 468.

ഒരു ക്യൂബിന്റെ ആകെ വക്കുകളുടെ എണ്ണം 12 ന്റെ ഗുണിതം ആയിരിക്കും.

296. 1 : 2.

297. $89^0$

298. 4.

299. 3/8

300. 3 സെ മീ വ്യാസമുള്ള ബാളിന്റെ വ്യാപ്തം

$= 4/3\pi\ (1.5)^3 = 4.5\pi$

2 സെ മീ വ്യാസമുള്ള 3 ബാളിന്റെ വ്യാപ്തം

$= 34/3\pi\ \ 1^3 = 4\pi$

ആദ്യത്തേതിനായിരിക്കും കൂടുതൽ വ്യാപ്തം